베트남 유학생과 현장 인턴을 위한

모빌리티 용어 대조 핸드북
Mobility Term Contrast Handbook

한국어 > 베트남어 > 영어
Hàn Quốc > Tiếng Việt > Anh

(사)한국자동차기술인협회 감수 ┃ 공학박사 문학훈 편성

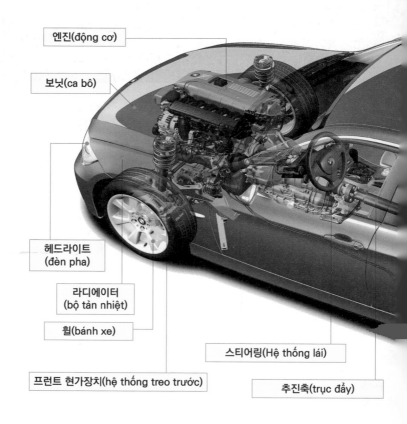

엔진(động cơ)

보닛(ca bô)

헤드라이트
(đèn pha)

라디에이터
(bộ tản nhiệt)

휠(bánh xe)

스티어링(Hệ thống lái)

프런트 현가장치(hệ thống treo trước)

추진축(trục đẩy)

선루프(cửa sổ trời)

쇽업소버(giảm chấn)

리어 현가장치(hệ thống treo sau)

스프링(mùa xuân)

리어 윈도(Cửa sổ phía sau)

트렁크(Thân cây)

디프런셜(sự khác biệt)

테일 라이트(đèn sau xe)

범퍼(bội thu)

컨버터블(có thể hoán cải)

 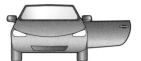

세단(xe sedan)

왜건(toa xe)

세단 : 하드 탑 타입(Sedan: loại đầu cứng)

해치 백(hatchback)

3 엔진의 실린더 배치 방식
Sắp xếp xi lanh động cơ

직렬형 엔진(động cơ trong dòng)

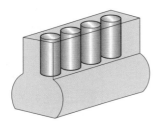

V형 엔진(Động cơ hình chữ V)

뱅크 각도(góc ngân hàng)

수평 대향형 엔진(động cơ đối lập theo chiều ngang)

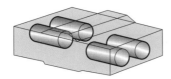

흡입 행정 (hành trình hút)

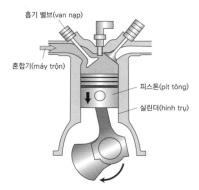

흡기 벨브(van nạp)

혼합기(máy trộn)

피스톤(pít tông)

실린더(hình trụ)

압축 행정(đột quỵ nén)

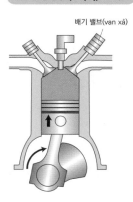

배기 벨브(van xả)

폭발 행정(vụ nổ đột quỵ)

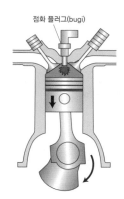

점화 플러그(bugi)

배기 행정(Xả khí thải)

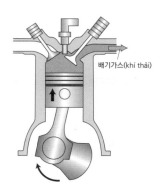

배기가스(khí thải)

5 FF와 FR 구동 방식
Phương thức ổ FF và FR

프런트 엔진(Front engine)·프런트 드라이브(Front drive) (FF)
(Động cơ phía trước / Dẫn động cầu trước (FF))

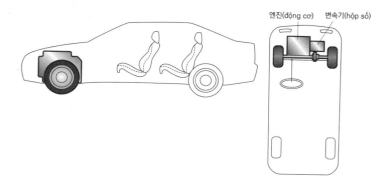

엔진(động cơ)   변속기(hộp số)

프런트 엔진(Front engine)·리어 드라이브(Rear drive)(FR)
(Động cơ trước / Dẫn động sau (FR))

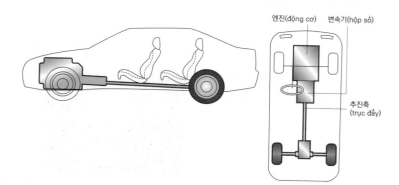

엔진(động cơ)   변속기(hộp số)

추진축
(trục đẩy)

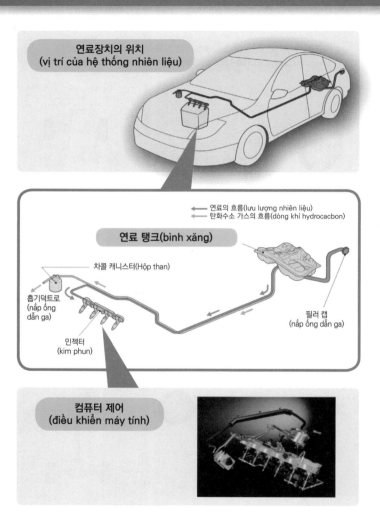

연료장치의 위치
(vị trí của hệ thống nhiên liệu)

← 연료의 흐름(lưu lượng nhiên liệu)
← 탄화수소 가스의 흐름(dòng khí hydrocacbon)

연료 탱크(bình xăng)

차콜 캐니스터(Hộp than)

흡기덕트로
(nắp ống
dẫn ga)

인젝터
(kim phun)

필러 캡
(nắp ống dẫn ga)

컴퓨터 제어
(điều khiển máy tính)

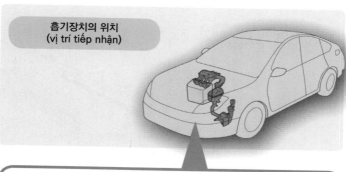

흡기장치의 위치
(vị trí tiếp nhận)

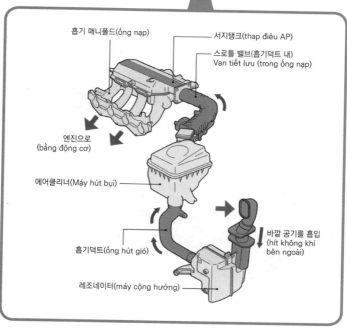

흡기 매니폴드(ống nạp)

서지탱크(thap điều AP)

스로틀 밸브(흡기덕트 내)
Van tiết lưu (trong ống nạp)

엔진으로
(bằng động cơ)

에어클리너(Máy hút bụi)

바깥 공기를 흡입
(hít không khí
bên ngoài)

흡기덕트(ống hút gió)

레조네이터(máy cộng hưởng)

8 배기장치
hệ thống ống xả

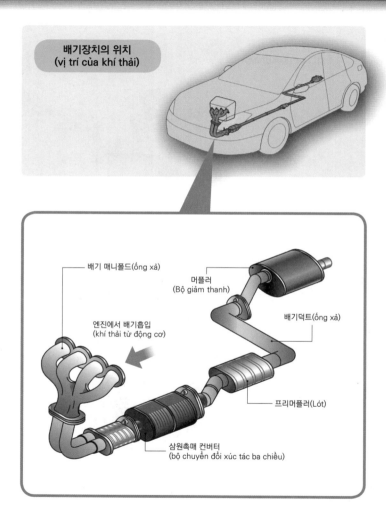

배기장치의 위치
(vị trí của khí thải)

배기 매니폴드(ống xả)

머플러
(Bộ giảm thanh)

엔진에서 배기흡입
(khí thải từ động cơ)

배기덕트(ống xả)

프리머플러(Lót)

삼원촉매 컨버터
(bộ chuyển đổi xúc tác ba chiều)

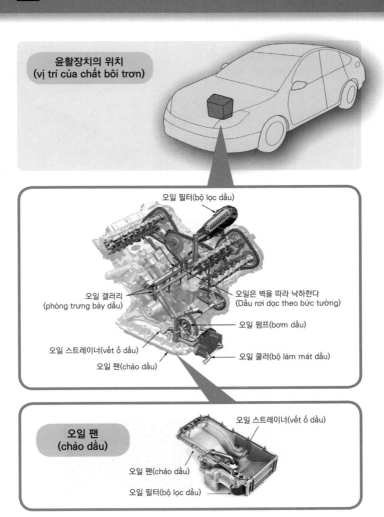

윤활장치의 위치
(vị trí của chất bôi trơn)

오일 필터(bộ lọc dầu)

오일 갤러리
(phòng trưng bày dầu)

오일은 벽을 따라 낙하한다
(Dầu rơi dọc theo bức tường)

오일 펌프(bơm dầu)

오일 스트레이너(vết ố dầu)

오일 쿨러(bộ làm mát dầu)

오일 팬(chảo dầu)

오일 팬
(chảo dầu)

오일 스트레이너(vết ố dầu)

오일 팬(chảo dầu)

오일 필터(bộ lọc dầu)

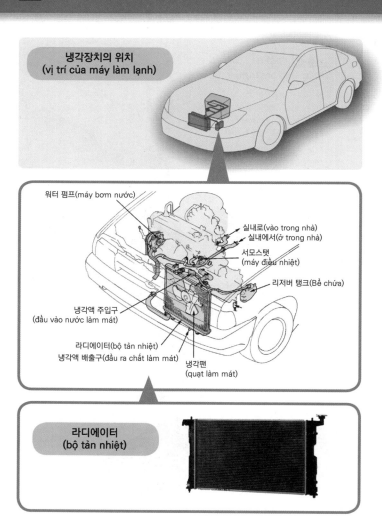

냉각장치의 위치
(vị trí của máy làm lạnh)

워터 펌프(máy bơm nước)

실내로(vào trong nhà)
실내에서(ở trong nhà)
서모스탯
(máy điều nhiệt)

리저버 탱크(Bể chứa)

냉각액 주입구
(đầu vào nước làm mát)

라디에이터(bộ tản nhiệt)
냉각액 배출구(đầu ra chất làm mát)

냉각팬
(quạt làm mát)

라디에이터
(bộ tản nhiệt)

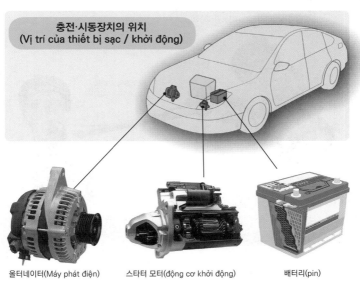

충전·시동장치의 위치
(Vị trí của thiết bị sạc / khởi động)

올터네이터(Máy phát điện)　　　스타터 모터(động cơ khởi động)　　　배터리(pin)

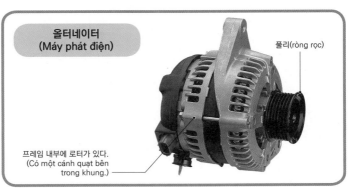

올터네이터
(Máy phát điện)

풀리(ròng rọc)

프레임 내부에 로터가 있다.
(Có một cánh quạt bên
trong khung.)

구동계통(hệ thống truyền động)

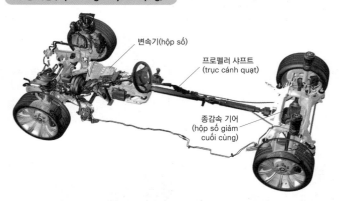

변속기(hộp số)

프로펠러 샤프트
(trục cánh quạt)

종감속 기어
(hộp số giảm
cuối cùng)

변속기의 움직임(hộp số chuyển động)

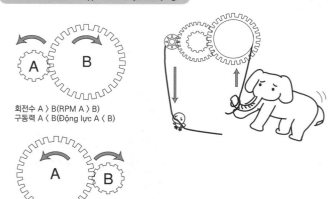

회전수 A 〉 B(RPM A 〉 B)
구동력 A 〈 B(Động lực A 〈 B)

회전수 A 〉 B(RPM A 〉 B)
구동력 A 〉 B(Động lực A 〉 B)

스티어링 기구(cơ cấu lái)

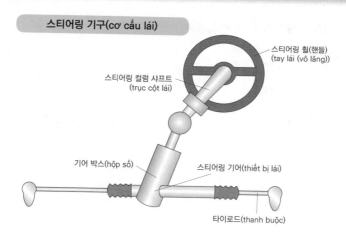

스티어링 휠(핸들)
(tay lái (vô lăng))

스티어링 컬럼 샤프트
(trục cột lái)

기어 박스(hộp số)

스티어링 기어(thiết bị lái)

타이로드(thanh buộc)

래크 앤드 피니언식(loại giá đỡ và bánh răng)

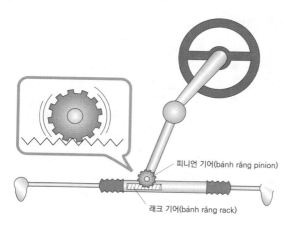

피니언 기어(bánh răng pinion)

래크 기어(bánh răng rack)

2계통식 브레이크(2 hệ thống phanh)

● 앞뒤 분할 방식
(phương pháp chia trước ra sau)

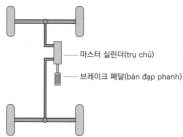

마스터 실린더(trụ chủ)

브레이크 페달(bàn đạp phanh)

● X배관 방식
(Phương pháp đường ống X)

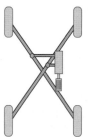

마스터 실린더(trụ chủ)

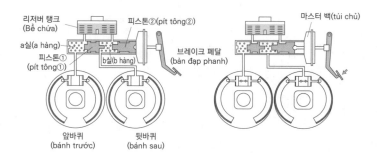

리저버 탱크
(Bể chứa)

피스톤②(pít tông②)

a실(a hàng)

피스톤①
(pít tông①)

b실(b hàng)

브레이크 페달
(bàn đạp phanh)

마스터 백(túi chủ)

앞바퀴
(bánh trước)

뒷바퀴
(bánh sau)

튜브가 있는 타이어와 튜브없는 타이어(Lốp có và không có săm)

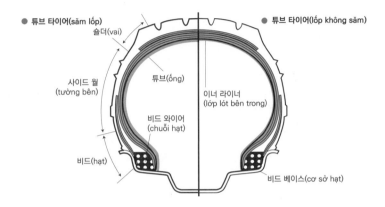

● 튜브 타이어(săm lốp)

숄더(vai)

사이드 월
(tường bên)

튜브(ống)

비드 와이어
(chuỗi hạt)

비드(hạt)

● 튜브 타이어(lốp không săm)

이너 라이너
(lớp lót bên trong)

비드 베이스(cơ sở hạt)

타이어의 내부구조
(cấu trúc bên trong lốp)

슬립 앵글과 코너링 포스
(góc trượt và lực vào cua)

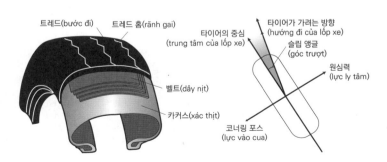

트레드(bước đi)　트레드 홈(rãnh gai)

벨트(dây nịt)

카커스(xác thịt)

타이어의 중심
(trung tâm của lốp xe)

타이어가 가려는 방향
(hướng đi của lốp xe)

슬립 앵글
(góc trượt)

원심력
(lực ly tâm)

코너링 포스
(lực vào cua)

019

머리말 lời nói đầu

"용어만 알아도 마음은 편하다!"

"Thậm chí chỉ cần biết thuật ngữ cũng khiến tâm trí tôi thoải mái!"

누구에게나 생경스런 현실을 맞닥뜨린다는 게 그리 녹록치 않다. 더구나 외국인일 경우에는 매우 심하게 느낄 것이다. 현지 언어나 전문 용어를 알았을 때 학습 효율은 배가 될 뿐만 아니라 미래를 보장받을 수 있었다는 계기가 된다는 선배들의 말이다.

Đối mặt với một thực tế xa lạ với bất kỳ ai không phải là điều dễ dàng. Hơn nữa, nếu bạn là người nước ngoài, bạn sẽ cảm thấy rất tệ. Những người cao niên nói rằng việc biết ngôn ngữ hoặc thuật ngữ địa phương không chỉ tăng gấp đôi hiệu quả học tập mà còn tạo cơ hội để đảm bảo tương lai.

애당초 전문용어 대조 사전을 만들겠다고 기획한 것은 '자동차'였다. 이유라면 이동 수단의 대표 주자가 자동차가 골간이 되므로 자사의 「자동차용어정보사전」이 있어 손쉽게 접근할 수 있었기 때문이다. 하지만 전문 용어의 용처는 오토바이, 중장비, 농기계, 일반 기계 등 모빌리티 분야에 널리 쓰이는 공통 단어들을 2,000단어 이상 채집 수록하였다.

Ban đầu, 'ô tô' được lên kế hoạch để làm từ điển các thuật ngữ kỹ thuật. Lý do là ô tô là xương sống của giao thông vận tải, vì vậy 「Từ điển Thông tin Thuật ngữ Ô tô」 của công ty đã giúp bạn dễ dàng truy cập. Tuy nhiên, đối với việc sử dụng các thuật ngữ kỹ thuật, hơn 2.000 từ thông dụng được sử dụng rộng rãi trong lĩnh vực di chuyển như xe máy, thiết bị nặng, máy nông nghiệp và máy móc nói chung đã được thu thập và ghi lại.

본문이 들어가기 전에 자동차 장치별 구조의 사진이나 일러스트 상에 위치하는 부품 명칭까지 표기하는데 노력을 쏟았고 뒤에는 대표적인 약어 편을 덧붙였다.

Trước khi nhập nội dung chính, người ta cố gắng chỉ ra tên của các bộ phận trên ảnh hoặc hình minh họa về cấu tạo của từng thiết bị ô tô, và các chữ viết tắt đại diện được thêm vào sau đó.

베트남 유학생이나 현장 인턴들에게 반드시 전문용어에만 수록할 것이 아니라 일반적으로 흔히 생활에 필요한 어휘들도 간간히 곁들였다. 한국어-베트남어에 만국 공통어 영어를 삽입하여 이해를 돕는데 고민하였고, 단어가 뜻하는 구조 일러스트나 사진들을 최대한 수록하였다는 점이 특징이다. 목적하는 것이 성취되도록 기원한다.

Đối với du học sinh hay thực tập sinh Việt Nam, nó không nhất thiết phải là những thuật ngữ chuyên môn, mà còn là những từ vựng thường dùng trong cuộc sống hàng ngày. Nó có đặc điểm là chèn tiếng Anh, ngôn ngữ phổ thông, sang tiếng Hàn-Việt để giúp dễ hiểu, và chứa càng nhiều hình ảnh minh họa cấu trúc càng tốt. Tôi hy vọng rằng mục đích sẽ đạt được.

2022. 9

일러두기 đi làm

"용어만 알아도 절반은 성공이다!"
"Chỉ cần biết thuật ngữ là một nửa thành công!"

1. 오직 베트남 유학생과 현장 인턴을 위한 것이다.
   Nó chỉ dành cho sinh viên Việt Nam và thực tập sinh.

2. 용어의 선정 범위는 자동차를 중심으로 오토바이, 중장비, 농기계, 일반기계 분야까지 사용하게 하였다.
   Phạm vi của thuật ngữ được chọn từ ô tô đến xe máy, thiết bị nặng, máy móc nông nghiệp và máy móc nói chung.

3. 개념 정리를 위해 시스템별 구조 사진과 일러스트에, 세부 명칭을 베트남어로 표기한 컬러화보 16페이지로 배치하였다.
   Để tổ chức khái niệm, 16 trang hình ảnh màu có tên chi tiết viết bằng tiếng Việt được sắp xếp thành hình ảnh và minh họa cho mỗi hệ thống.

4. 표제어 구성은 한국어 → 영어 → 베트남어 순으로 편성하였다.
   Thành phần từ khóa được sắp xếp theo thứ tự Hàn → Anh → Việt.

5. 전문 용어 뿐만 아니라 간단한 일상생활 용어들도 삽입하였다.
   Không chỉ các thuật ngữ kỹ thuật mà cả các thuật ngữ đơn giản trong cuộc sống hàng ngày cũng được chèn vào.

6. 용어의 이해를 돕기 위해 사진이나 일러스트를 곁들였다.
   Hình ảnh và hình ảnh minh họa được bao gồm để giúp hiểu các điều khoản.

7. 약어와 함께 찾아보기에는 베트남어 순으로 편성하면서 찾기 쉽게 해당 페이지를 표기하였다.
   Để duyệt cùng với các từ viết tắt, các trang được đánh dấu bằng tiếng Việt để dễ tìm hơn.

"하루속히 안착하십시오!"
"Hãy ổn định sớm!"

차례 nội dung

Ga

모빌리티 용어 대조 핸드북

가공(하다) _ process
Chế biến, gia công, sản xuất

가벼움 _ light
Nhẹ, xe kiểu nhỏ

가변 _ variable
Có thể thay đổi, biến đổi, biến thiên

가속(하다) _ accelerate
Gia tốc, tăng tốc

가속도 _ acceleration
Độ gia tốc

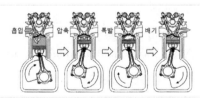

흡입　압축　폭발　배기

가솔린 _ gasoline
Xăng

가솔린 엔진 _ gasoline engine
Động cơ xăng

가솔린차 _ gasoline car
Ô tô chạy xăng

가스 _ gas
Ga, khí ga, hơi ga

가스용접 _ gas welding
Hàn khí gas

가스용접기 _ gas welding machine
Máy Hàn hơi

가열(하다) _ heat
Tăng nhiệt

가이드 _ guide
Hướng dẫn

가이드 핀 _ guide pin
Chốt gài

가장자리 _ edge
Mép, mép của những vậy giống như gậy dài

각 → 모퉁이 _ corner
Góc

각 부분 _ each part
Các bộ phận

각도 _ angle
Góc độ

각도기 _ square
Ê-ke

간격 _ interval
Khoảng xadch

간섭(하다) _ interfere
Sự giao thoa, nhiễu, can thiệp

감소(하다) _ decrease
Giảm thiểu

감속(하다) _ decelerate
Sự giảm tốc độ, giảm tốc

감쇠력 _ damping force
Lực giảm chấn

감압(하다) _ depressurize
Giảm sức ép

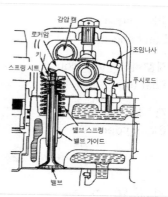

감전(되다) _ get an electric shok
Sốc điện, cảm điện, điện giật

값 _ value
Trị số

강 _ steel
Thép

강도 _ strength
Cường độ, độ bền

강성 _ rigidity
Cứng, cứng rắn, tinh cứng, khó làm

강철 _ steel
Thép

강판 _ steel plate
Tấm thép, thép, lá thép

같음 _ equal
Dấu bằng

개발(하다) _ develop
Phát triển

개스킷 _ gasket
Gioăng đệm

개조(하다) _ tune
Cải tạo, chỉnh sửa lại

가

개폐(하다) _ open and close
Sự đóng và mở, đóng mở

갭 _ gap
Chỗ hở, khe hở

거리 _ distance
Khoảng cách

거버너 _ governor
Bộ điều tốc

건조(하다) _ dry
Khô khan, nhạt nhẽo, sấy khô, can táo

건조제 _ desiccant
Chất hút ẩm

걸다(엔진을 ~) (브레이크를 ~) _ start
Mở máy, đạp phanh, bóp phanh

걸레(기름먹인) _ waste
Giẻ lau

걸리다(엔진이 ~) (브레이크가 ~) _ start / be apply
Động cơ được bật / Phanh được ấn, được đạp phanh

걸윙 _ gull-wing
cửa để hình cánh chim, cửa mở ngược

검사(하다) _ inspect
Kiểm tra, kiểm nghiệm, thử nghiệm

검출(하다) _ detect
Tìm ra, phát hiện ra, kiểm suất

게르마늄 _ germanium
Gecmani(Ge)

게이지 _ gauge
Đồng hồ đo, thiết bị đo

견인(하다) _ tow
Kéo(xe hơi)

견인력 _ traction
Lực kéo, sức kéo(bánh xe chủ động)

견적 _ estimate
Báo giá

견적서 _ quotation
Bản báo giá

결손 _ deficiency
Hư nát, tổng thương, thiếu

결함 _ defect
Khuyết điểm, nhược điểm, thiếu sót

경고(하다) _ warn
Sự cảnh báo, cảnh báo

경도 _ hardness
Độ cứng

경량 _ lightweight
Trọng lượng nhẹ

경량화(하다) _ downsize
Nhẹ hoá

경로 _ route
Đường mòn, đường nhỏ, vỉa hè

경보 _ alarm
Báo động, cảnh báo

경사 정도 _ slope
Dốc

경사각 _ angle of inclination
Góc nghiêng

경사각 _ angle of inclination
Sự nghiêng, góc nghiêng

경유 _ via
Dầu nhẹ, dầu diezen

경유(하다) _ go through
Thông qua, đi qua

경향 _ tendency
Khuynh hướng, xu hướng

계기 _ meter
Thước đo

계란형 _ egg shape
Hình trứng, hình bầu dục

계산(하다) _ calculate
Tính toán

계수 _ coefficient
Hệ số

계측(하다) _ measure
Đo lường (dài, rộng, ngang, cao)

계통 _ system
Hệ thống

고 옥탄 _ high-octane
Xăng octan cao

고객 _ customer
Khách hàng, khách quen

고려(하다) _ consider
Sự xem xét

고르지 않음 _ irregularity
Sự không đồng đều, không đầy đủ

고무 _ rubber
Cái tẩy, tẩy cao su

고속 _ high speed
Cao tốc, tốc độ cao

고압 _ high pressure
Áp suất cao, cao áp

고옥탄가 _ high-octane number
Giá trị octan cao

고장(나다) _ break down
Hỏng hóc, trục trặc, hư hỏng

고저차 _ difference in height
Sự chênh lệch cao thấp

고전압 _ high voltage
Điện thế cao

고정 _ installation
Gép, lắp ráp, lắp

고정 볼트

고정(하다) _ fix
Cố định

고정형 캘리퍼 _ fixed caliper
Giá đỡ cố định

고체 _ solid
Rắn, thể rắn, vật rắn, chất rắn

고쳐지다 / 치료되다 _ be fixed / be cured
Được sửa, được chữa(đồ vật) / Khỏi(bệnh)

고충 _ complaint
Sự than phiền, khiếu nại

고치다 / 치료하다 _ fix / cure
Sửa(đồ vật) / Chữa(bệnh)

곡면 _ curved surface
Mặt gấp khúc

곡선 _ curve
Đường gấp khúc, đường cong

골격 _ skeleton
Bộ xương, khung xương

곱하다(3×2=6) _ multiply
Nhân

공구 _ tool
Công cụ, dụng cụ

공급(하다) _ supply
Cũng cấp, cũng(cầu)

공기 _ air
Không khí, khí

공기압 _ air pressure
Áp suất(lốp xe)

부족   정상   과다

공동작업 _ collaboration
Làm việc tập thể

공연비 _ air–fuel ratio
Tỷ lệ nhiên liệu khí

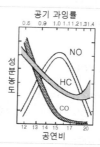

공장 _ factory
Xưởng

공전(하다) _ idle
Chạy không tải, chạy không, chạy garanti

공정 _ process
Công đoạn, trình tự làm việc, công trình

공학 _ engineering
Công nghệ công trình

과열(되다) _ overheat
Sự tăng nhiệt, quá nhiệt

과학 _ science
Khoa học

관계(하다) _ be concerned with
Quan hệ, liên quan

관성 _ inertia
Quán tính

관성력 _ inertia force
Lực quán tính

광택 _ gloss
Độ bóng, độ nhẵn

교류 _ alternate current
Sự giao lưu, dòng điện xoay chiều

교정(하다) _ proofread
Sự hiểu chỉnh, sự chỉnh sửa

교통 _ traffic
Giao thông

교통사고 _ traffic accident
Tai nạn giao thông

교환(하다) _ exchange
Sự trao đổi, đổi chác

구동(하다) _ drive
Chủ động, truyền động

구동력 _ driving force
Lực chủ động, lực kéo bánh xe chủ động

구동바퀴 _ drive wheels
Bánh xe chủ động, bánh xe truyền động

구동축 _ drive shaft
Trục chủ động

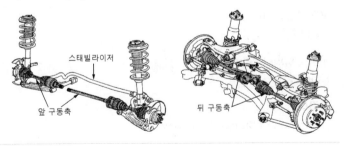

스태빌라이저

앞 구동축

뒤 구동축

구르다 _ roll
Lăn

구멍 _ hole
Lỗ

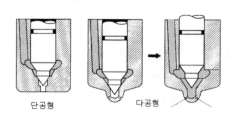

단공형　　　　다공형

구성(하다) _ constitute
Sự cấu thành, cấu tạo

구속(하다) _ be bound
Sự ràng buộc, sự bắt ép

구심력 _ centripetal force
Lực hướng tâm

구조 _ structure
Cấu trúc, cấu tạo

구하다 _ seek
Yêu cầu

구형 _ spherical shape
Hình cầu

굴리다 _ roll
Làm cho lăn đi, làm cho chạy

굴신(굽혔다 폈다 하다) _ bend and stretch
Tính có dãn, đàn hồi

굽은 길 _ bending road
Đường cong

굽음 _ bend
Độ cong, biến dạng cong

굽히다 _ bend
Bẻ cong, uốn cong

귀환(하다) _ return
Sự phục hồi

규소 _ silicon(Si)
Silic (si)

규정 _ regulation
Quy trình, quy định, quy tắc

규정(하다) _ prescribe
Điều quy định, quy định

규정치 _ specified value
Trị số quy định

규칙 _ rule
Khuôn phép, kỉ luật, quy tắc

균등 _ equality
Cân bằng, đồng đều

균열 _ crack
Vết nứt, vết rạn

균열(하다) _ crack
Vết nứt, rạn nứt

균일 _ uniformity
Sự nhất quán, sự giống nhau

균형이 맞다 _ counterbalance
Tương ứng

균형이 잡히다 _ balance
Cân đối, hợp

그라인더 _ grinder
Máy mài

조정편
연삭숫돌
받침대
모터 안전커버
스위치

그래프 _ graph
Đồ thị

그로스 _ gross
Tổng trọng

그리스 _ grease
Mỡ bôi trơn

그리스 _ grease
Mỡ máy, mỡ bôi trơn

극판 _ plate
Bản cực, tấm bản cực

금 _ gold(Au)
Vàng (au)

금속 _ metal
Kim loại

금형 _ mold
Khuôn

급격 _ sudden
Đột nhiên, đột ngột

급유(하다) _ refuel
Sự cấp dầu

기간 _ period
Thời kì

기계 _ machine
Bộ máy, cơ khí, cơ giới, máy móc

기구 _ mechanism
Cơ cấu, cấu tạo, tổ chức

기기 _ equipment
Cơ khí, thiết bị

기능 _ function
Cơ năng, tác dụng, tính năng

기동(하다) _ start
Khởi động, ban đầu

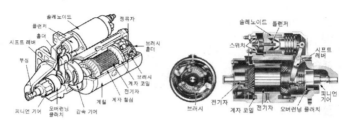

기분 _ feeling
Thoải mái, dễ chịu, cảm giác

기술 _ technology
Kỹ thuật

기어 _ gear
Bánh răng

기어 변경 _ gear change
Sang số, thay đổi số

기어 샤프트 _ gear shaft
Trục bánh răng

기어 시프트 _ gear shift
Gài số, chuyển số

기어 오일 _ gear oil
Dầu bôi trơn bánh răng

기어 풀러 _ gear puller
Vam tháo puli hoặc bánh răng

기어박스 _ gearbox
Hộp số

기어방식 오일펌프 _ gear oil pump
Bơm dầu kiểu bánh răng

기울다 _ incline
Lệch, nghiêng, về một hướng

기울다 _ incline
Nghiêng về…. Ngả về

기울이다 _ lean
Hướng về, làm cho nghiêng về

기자재 _ equipment
Phụ tùng, máy móc, thiết bị

기정 _ fixed
Đã quy định

기준 _ criterion
Tiêu chuẩn, quy định

기준치 _ reference value
Trị số tiêu chuẩn

기체 _ gas
Hơi, thế khí, chất khí

기하학 _ geometry
Hình học

기호 _ symbol
Ký hiệu

기화(하다) _ vaporize
Bay hơi, bốc hơi, khí hoá, hoá hơi

긴급 _ emergency
Cấp bách, khẩn cấp, gấp rút

길이 _ length
Bề dài, chiều dài

깊이 게이지 _ depth gauge
Thước đo độ sâu hoa lốp

깎다 _ reduce
Gọt, dũa

깎이다 _ be scraped
Được gọt, được dũa

꺼내다 _ put out
Gửi đi, nộp

꼭 끼이다 _ fit
Bị kẹt vào, bị mắc vào

끊다 _ cut
Cắt, đóng máy

끊어지다 _ cut
Đứt

끌다 _ pull
Kéo, rút, tra từ điển

끝 _ end
Mép, mép của những cây giống như gậy dài

끼우다 _ fit in
Kẹp vào, đeo, làm cho khít

끼워넣다 _ insert
Kẹp vào

끼워넣다 _ plug in
Lồng vào, gài vào

나누다 _ split
Đánh vỡ, làm vỡ, chia

나뉘다 _ crack
Bị vỡ

나사 _ screw
Đinh ốc, ốc vít, Đinh vít, ren, vít

나오다 _ come out
Ra, xuất hiện

나일론 _ nylon
Nilon

날개 _ feather
Cánh

납 _ lead(Pb)
Chì (Pb)

납땜 _ soldering
Hàn thiếc

납차 _ delivery of a car
Sự nhập xe

납품(하다) _ deliver
Nhập hàng

납품서 _ delivery slip
Giấy nhập hàng

낮다 _ low
Thấp

내경 _ inside diameter
Đường kính trong, kích thước trong

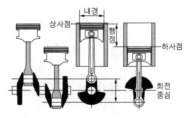

내려가다 _ lower
Xuống

내려뜨리다 / 내려놓다 _ lower / unload
Hạ xuống, dỡ xuống

내리다 / 하차하다 _ come down / get off
Xuống, được hạ xuống

내리다 _ lower
Hạ xuống, làm cho xuống

내부 _ internal
Nội bộ

내연기관 _ internal combustion engine
Động cơ đốt trong

내장(하다) _ built in
Lắp đặt bên trong

냉각(하다) _ cool down
Sự làm lạnh, ướp lạnh, sự làm mát, làm nguội

냉각수 _ coolant
Nước làm mát

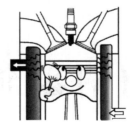

냉각장치 _ cooling system
Hệ thống làm mát

〈공랭식〉

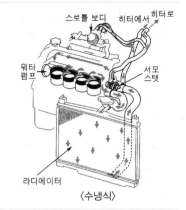

〈수냉식〉

냉매 _ refrigerant
Ga lạnh, môi chất lạnh, ga điều hoà

너클 암 _ knuckle arm
Đòn quay ngang, tay đòn

너클 _ knuckle
Khuỷ, khớp nối

너트 드라이버 _ nut driver
Tua vít đầu tuýp lục giác

너트 _ nut
Ốc, đai ốc

넣다 _ put in
Cho vào

네거티브 캠버 _ negative camber
Camber âm(negative camber)

네트 ① _ net
Lưới

네트 ② _ net
Trọng lượng thực

노기스 _ caliper
Thước cặp, thước kẹp(+ đo chiều dài của vật)

노면 _ pavement
Mặt đường

노이즈 _ noise
Ồn (độ ồn)

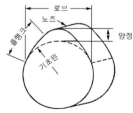

노즐 _ nozzle
Vòi phun, kim phun

나

노크 _ knock
Gõ (cửa)

노크 센서 _ knock sensor
Cảm biến tiếng gõ, cảm biến kích nổ

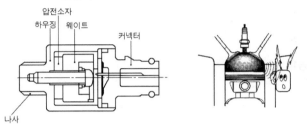

노킹 _ knocking
Sự kích nổ máy, tiếng gõ

녹 _ rust
Han, rỉ sét

녹다 _ melt
Chảy ra, tan ra

녹스 _ Nitrogen Oxides
Nitrogen oxides, khí Nox

녹슬다 _ rust
Rỉ sét

녹이다 _ melt
Hoà tan

농도 _ concentration
Nồng độ

높다 _ high
Cao

높은 _ high
Cao

높이 _ height
Chiều cao

누르다 _ press
Ấn, đẩy

누이다 _ put to sleep
Cho ngủ, đặt nằm xuống

눈금 _ scale
Vạch chia, thang đo, nấc đo của thước

눈썹 모양 _ eyebrow shape
Bầu dục (hình)

뉴턴 _ newton(N)
Niuton, newton (N) (+ đơn vị đo lực)

느낌 _ feeling
Cảm giác

느슨하게 하다 _ loosen
Nới lỏng, làm chậm lại

느슨해지다 _ slacken
Lỏng lẻo, chậm lại, dịu lại

능력 _ ability
Năng lực

니들 _ needle
Cái kim

니들 밸브 _ needle valve
Van kim, kim phun

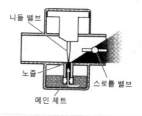

니들 밸브
노즐
스로틀 밸브
메인 제트

니들 제트 _ needle jet
Kim phun

니즈 _ needs
Cần thiết, nhu cầu

니켈 _ nickle(Ni)
Nguyên tố niken (Ni)

니퍼 _ nipper
Cái kim cắt thép, kìm cắt điện (+ sử dụng để cắt dây điện)

Da

모빌리티 용어 대조 핸드북

다운 포스 _ down force
Giảm lực

다이나모 미터 _ dynamometer
Lực kế

다이나모 _ dynamo
Máy đo lực kế, dyno

다이렉트 시프트 기어 박스 _ direct shift gearbox
Dẫn động gài (chuyển) số trực tiếp

다이어그램 스프링 _ diagram spring
Lò xo màng, lò xo đĩa của ly hợp

다이어그램 스프링 _ diagram spring
Lò xo màng

다이어그램 스프링방식 클러치 _ diagram spring clutch
Ly hợp dùng lò xo màng, ly hợp dùng lò xo đĩa

다이얼 게이지 _ dial gauge
Đồng hồ so

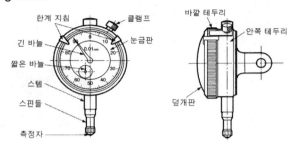

한계 지침
클램프
긴 바늘
눈금판
짧은 바늘
0.01mm
스템
스핀들
측정자

바깥 테두리
안쪽 테두리
덮개판

다이오드 _ diode
Đi- ốt, diode

닦다 _ wipe
Lau

단락 _ short circuit
Chập mạch, ngắn mạch

단면 _ cross section
Mặt cắt

단면폭(타이어의 ~) _ cross section width
Chiều rộng mặt lốp

단선(하다) _ brake a wire
Sự đứt dây

단속(하다) _ be intermittent
Gián đoạn

단위 _ unit
Đơn vị, tín chỉ, học phần

단일 피스톤형 휠 실린더 _ single piston wheel cylinder
Xi- lanh công tác 1 pít- tông, xi lanh pít- tông đơn

단자 _ terminal
Cực điện, đầu điện, đầu dây điện

단자전압 _ terminal voltage
Điện áp giữa 2 cực điện

단조(하다) _ forge
Rèn

단조강 _ forged steel
Thép rèn

닫다 _ close
Đóng

닫다 _ close
Đóng, gập

닫히다 _ close
Được đóng

달라붙다 _ stick to
Dính vào, bám vào

달리다 _ run
Chạy

닳아 줄어들다 _ wear and tear
Bị mòn

닳아서 줌 _ wear and tear
Độ mòn

닿다 _ touch
Sờ vào

대기압 _ atmospheric pressure
Áp lực không khí, áp lực khí quyển, áp suất không khí

대마 _ hemp
Cơ cấu tự động điều chỉnh góc phun sớm

대칭 _ symmetry
Đối xứng

대향차 _ oncoming car
Xe ngược chiều

대형 _ large size
Loại lớn, cỡ lớn

대형트럭 _ large truck
Xe tải cỡ lớn, xe tải hạng nặng

더 조임 _ secondary tightening
Siết chặt ốc vít

더러움 _ stain
Vết bẩn

더럽히다 _ stain
Làm bẩn, vấy bẩn

더블 _ double
Đôi, gấp đôi

더블 캐빈 _ double cabin
Xe 2 khoang

더스트 부츠 _ dust boots
Cao su chụp bụi, nắp chụp cao su, chụp chắn bụi

덜걱거림 _ rattle
Sự lỏng lẻo

덤프 카 _ dump car
Xe ben, xe tải tự đổ

덮다 _ cover
Gói bọc, bao phủ

데시벨 _ decibel(dB)
Đêxibel, decibel (dB) (+ đơn vị đo cường độ âm thanh)

데이터 _ data
Số liệu, dữ liệu

도금 _ plating
Mạ

도로 _ road
Con đường, dặm

도료 _ paint
Nguyên liệu sơn

도르래 _ pulley
Ròng rọc, pu-ly, bánh đai

도미넌트 _ dominant
Chủ yếu, chủ đạo

도선 _ conducting wire
Dây dẫn

도어 _ door
Cửa, cánh cửa

도장(하다) _ paint
Sơn (lớp phủ ngoài)

도장건조 부스 _ paint drying booth
Phòng sấy Sơn, buồng sấy sơn

도체 _ conductor
Dây dẫn điện, lõi cáp

도큐먼트 _ document
Tài liệu

독립(하다) _ become independent
Độc lập

독립현가식 서스펜션 _ independent suspension
Hệ thống treo độc lập

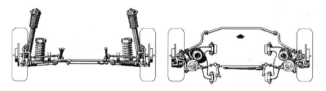

독해하다 _ read
Đọc(hiểu)

돌기 _ protrusion
Chỗ nhô lên

돌다 _ turn
Quay, đi vòng quanh

돌리다 _ turn
Xoay, đảo quanh

동 _ copper(CU)
Đồng (Cu)

동력 _ power
Động lực

동력원 _ power source
Nguồn động lực

동력전달 장치 _ power transmission device
Hệ thống truyền lực, hệ thống truyền động

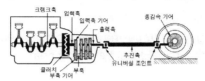

다

동작 _ motion
Động tác, hành vi

두께 _ thickness
Bề dày, chiều dày

두다 _ let
Đặt, để

두드리다 _ hit
Đánh, đập

뒷바퀴 _ rear wheel
Bánh xe phía sau

듀얼 투 리딩 슈 방식 _ dual leading shoe
Phanh tang trống loại 2 mặt tựa tác dụng kép
(một loại phanh guốc loại bơi)

듀얼 _ dual
Hai hệ thống, có hai cái

듀오서보 방식 _ duo-servo type
Phanh tang trống tự cường hoá tác dụng kép
(một loại phanh guốc loại tự cường hoá)

드라이 _ dry
Khô, cạn

드라이버 ① _ driver
Tô vít, tuốc nơ vít, tua vít

드라이버 ② _ driver
Người lái xe

드라이브 기어 _ drive gear
Bánh răng chủ động

드라이브 레인지 _ drive range
Số tiến, số D xe số tự động

드라이브 샤프트 _ drive shaft
Trục chủ động, bán trục

드라이브 피니언 _ drive pinion
Bánh răng chủ động nhỏ, bánh răng bán trục

드라이브(하다) _ drive
Lái xe, chủ động

다

드럼 _ drum
Cái trống, tang trống

드럼 브레이크 _ drum brake
Phanh tang trống, phanh guốc

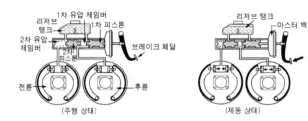

드레인 볼트 _ drain bolt
Bu– lông xả dầu, vít xả dầu

드레인 플러그 _ drain plug
Bộ bu– lông xả dầu

드리븐 기어 _ driven gear
Bánh răng bị động

드릴 _ drill
Máy khoan, mũi khoan, khoan

드릴링 머신 _ drilling machine
Khoan xung kích

드링크 홀더 _ drink holder
Hội để đồ, khay để đồ, chỗ để nước uống cạnh chỗ ngồi

들어가다 _ enter
Vào (nhà)

등속 _ constant velocity
Đồng tốc

등화 _ light
Đèn chiếu sáng, đèn điện, ánh sáng

디스차지 _ discharge
Sự phóng điện

디스크 _ disk
Đĩa, vật hình đĩa

디스크 브레이크 _ disk brake
Phanh đĩa

디스크 휠 _ disk wheel
Bánh xe

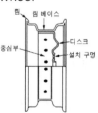

디스트리뷰션 _ distribution
Phân phối

디스트리뷰터(배전기) _ distributor
Bộ chỉ điện, delco

다

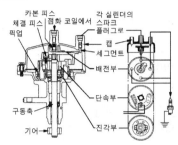

디젤 엔진 _ diesel engine
Động cơ diezen/ diesen, máy diezen

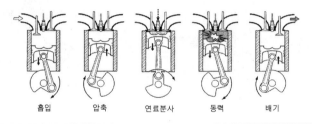

흡입   압축   연료분사   동력   배기

디젤 엔진 _ diesel engine
Động cơ Diezel

디젤차 _ diesel automobile
Xe sử dụng động cơ diesel

디지털 _ digital
Tín hiệu số

디퍼렌셜 _ differential
Khác, sai khác nhỉ, vi sai

디퍼렌셜 _ differential
Bộ vi sai

디퍼렌셜 _ differential
Vi sai, bộ vi sai

디퍼렌셜 기어 _ differential gear
Bánh răng vi sai, bộ vi sai

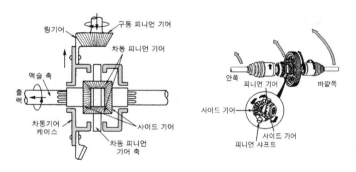

디퍼렌셜 케이스 _ differential case
Hộp vi sai

디퍼렌셜 케이스 _ differential case
Hộp vi sai

딜러 _ dealer
Đại lí cấp 1, cửa hàng, nhà buôn bán

딜리버리 _ delivery
Sự giao chuyển, cung cấp

딜리버리 밸브 _ delivery valve
Van phân phối, van cao áp, van triệt hồi

다

딜리버리 밸브 스프링 _ delivery spring
Lò xo van phân phối

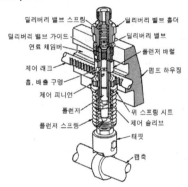

딜리버리 밸브 홀더 _ delivery valve holder
Giá đỡ van phân phối

따뜻해지다 _ warm up
Được làm ấm, được làm nóng

따라 움직이다 _ follow
Bị động

때리다 _ strike
Đánh bắn

떨리다 _ tremble
Run, rung, lập cập

떨어뜨리다 _ drop
Làm rơi

떨어지다 _ fall
Bị rơi, rơi

떨어지다 _ come off
Có thể lấy được, thu hoạch được

떨어지다 _ come off
Tuột ra, lệch ra

떼어내다 _ remove
Tháo ra

뚜껑 _ lid
Nắp

뛰어들다 _ step in
Đạp vào, nhấn vào

Ra

모빌리티 용어 대조 핸드북

라디안 _ radian(rad)
Số radian, radian (+ đơn vị góc phẳng)

라디에이터 _ radiator
Bộ tản nhiệt, két nước làm mát

냉각수의 흐름
냉각풍
코어
냉각 핀
냉각수 튜브

라디에이터 그릴 _ radiator grill
Lưới tản nhiệt

라디에이터 캡 _ radiator cap
Nắp két nước

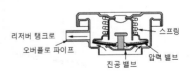

리저버 탱크로
오버플로 파이프
진공 밸브
스프링
압력 밸브

라디오 펜치 _ needle-nose plier
Kìm nhọn

라이트 ① _ light
Đèn điện

라이트 ② _ right
Phía bên phải

라인 _ line
Đường kẻ, dòng

래칫 렌치 _ ratchet wrench
Cờ Lê tự động, cờ Lê 1 chiều

래칫 핸들 _ ratchet socket wrench
Cần siết tự động, tay lắc 1 chiều

랙 _ lack
Thanh răng

랙&피니언 타입 스티어링 기어 _ lack and pinion steering gear
Một loại cơ cấu lái sử dụng trục vít và thanh răng

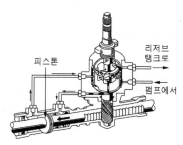

램프 _ lamp
Đèn

러버 _ rubber
Cao su

러버 그리스 _ rubber grease
Mỡ cao su

레귤레이터 _ regulator
Bộ điều chỉnh, bộ tiết chế

레귤러 가솔린 _ regular gasoline
Xăng thông thường

레버 _ lever
Cái cần gạt, đòn bẩy, tay đòn

레벨 _ level
rình độ, cấp độ

레시프로 엔진 _ reciprocate engine
Kiểu động cơ dùng xi lanh

레이더 _ radar
Ra- đa

레이디어스 _ radius
Bán kính

레이디얼 타이어 _ radial tire
Lốp sợi mảnh(bố) song song

바이어스 타이어

레이디얼 타이어

레이스 _ race
Cuộc chạy đua, môn đua xe

레이저 _ razer
La- de, tia laser

레인지 _ range
Cấp số, phạm vi

레프트 _ left
Bên trái

렌치 _ wrench
Cờ Lê, chìa vặn đai ốc

로드 _ road
Gậy, thanh, cần, tay đòn

로드 ① _ road
Con đường

로드 ② _ load
Vật nặng, gánh nặng, tải trọng

로드 노이즈 _ road noise
Tiếng ồn khi lốp chà xát xuống mặt đường

로드 리미터 _ road limiter
Giới hạn tải trọng

로스 _ loss
Tổn thất

로어 _ lower
Dưới

로어 서스펜션 암 _ lower suspension arm
Đòn treo dưới

로어 암 _ lower arm
Tay đòn dưới, cần tay

로우 _ low
Thấp

로우 레인지 _ low range
Phạm vi thấp

로커 샤프트 _ rocker shaft
Trục cần bẩy

로커 암 _ rocker arm
Tay đòn cân bằng, cần cân bằng, cần bẩy

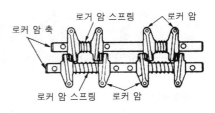

로커 암

로거 암 스프링   로커 암
로커 암 축

로커 암 스프링   로커 암

로터 _ rotor
Rô– to phần động, rô to (khối quay máy phát điện)

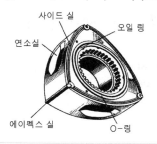

사이드 실
오일 링
연소실
에이펙스 실
O–링

로터 하우징 _ rotor housing
Vỏ rô–to

로터리 _ rotary
Xoay (quay)

로터리 엔진 _ rotary engine
Động cơ pít– tông quay

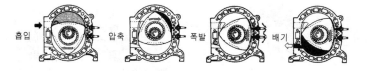

흡입   압축   폭발   배기

로테이션 _ rotation
Quay, thay đổi vị trí của lốp

록 _ lock
Khoá (đặt mật khẩu)

롤러 _ roller
Con lăn

롱 _ long
Dài

루프 _ roof
Mui xe, nóc xe

룩스 _ lux(lx)
Lúc, lux(lx) (+ đơn vị đo độ sáng)

룸 _ room
Phòng, căn phòng

룸 미러 _ room mirror
Gương chiếu hậu trong xe

리덕션 _ reduction
Giảm bớt

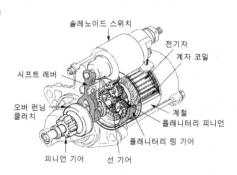

솔레노이드 스위치
전기자
계자 코일
시프트 레버
오버 런닝 클러치
계철
플래니터리 피니언
플래니터리 링 기어
피니언 기어   선 기어

리모트 컨트롤 _ remote control
Điều khiển từ xa

리미티드 슬립 디퍼렌셜 _ LSD(Limit Slip Differential)
Bộ vi sai hạn chết trượt

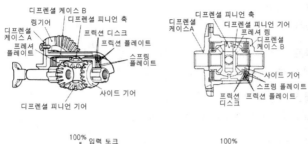

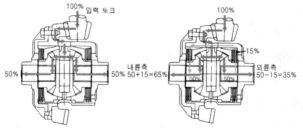

리버스 _ reverse
Lùi, số lùi

리버스 레인지 _ reverse range
Số lùi (R)

리베팅 _ rivetting
Tán đinh

리베팅 머신 _ rivetting machine
Máy tán đinh

리벳 _ rivet
Đinh tán

리벳접합 _ rivet joint
Mối nối đinh tán, mối ghép Đinh tán

리사이클 _ recycle
Sự tái chế, sự tái sinh, tái sử dụng

리셋 _ reset
Cài đặt lại, reset

리스 _ lease
Cho thuê

리시버 & 드라이어 _ receiver and drier
Bộ thu sấy

리어 _ rear
Phần đằng sau, phía sau, hậu xe

리어 스포일러 _ rear spoiler
Tấm lệch dòng khí động lực phía sau, cánh hướng gió sau

리어 시트 _ rear seat
Ghế sau

리어 액슬 _ rear axle
Cầu sau, trục sau

리어 휠 _ rear wheel
Bánh xe phía sau

리저브 탱크 _ reserve tank
Bình chứa dầu, bình dự trữ dầu

리크 _ leak
Sự rò rỉ

리터 _ liter(l)
Lít (L)

리턴 _ return
Quay lại

리턴 파이프 _ return pipe
Ống dầu hồi, đường dầu hồi

리테이너 _ retainer
Bộ phận cản, vòng kẹp

리튬 _ lithium
Nguyên tố hoá học liti

리프 _ leaf
Hình lá cây

리프 스프링 _ leaf spring
Lò xo lá, nhíp lá

리프트 _ lift
Cầu nâng ô tô

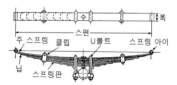

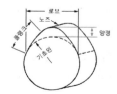

리플렉터 _ reflector
Gương phản chiếu

릴레이 _ relay
Rơ le điện

릴리스 레버 _ release lever
Đòn mở ly hợp, cần mở ly hợp

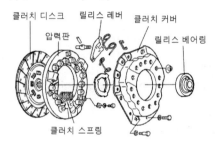

클러치 디스크   릴리스 레버   클러치 커버
압력판   릴리스 베어링
클러치 스프링

릴리스 베어링 _ release bearing
Bi T, bị tỳ

릴리스 베어링
베어링 칼라

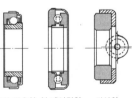

앵귤러 접촉형   볼 베어링형   카본형

릴리스 포크 _ release fork
Càng mở cửa li hợp

림 _ rim
Vành bánh xe

림 가드 _ rim guard
Bảo vệ vành

림 지름 _ rim diameter
Đường kính vành, đường kính mâm xe

링 _ ring
Hình vòng tròn

링 게이지 _ ring gauge
Sự nối lại với nhau, liên kết

링 기어 _ ring gear
Vành răng bánh đà, bánh răng vành chậu

링크 _ rink
Sự kết nối, đường dẫn

Ma

모빌리티 용어 대조 핸드북

마그네슘 _ magnesium
Nguyên tố hoá học magie

마그넷 _ magnet
Nam châm

마력 _ horsepower
Mã lực (ô tô)

마멸(하다) _ abrade
Sự bào mòn

마모(하다) _ be worn away
Mài mòn, bào mòn, hao mòn

마모도 _ degree of wear
Độ mòn

마무리 _ finishing
Sự hoàn thiện

마스터 _ master
Chính, chủ yếu (master)

마스터 실린더 _ master cylinder
Xi- lanh chính, xi- lanh tổng

마이 카 _ my car
Xe tư nhân, xe cá nhân

마이너스 _ minus
Âm (–) số âm

마이너스 극 _ negative pole
Cực âm

마이크로 _ micro
Cực nhỏ, rất nhỏ, micro

마이크로 미터 _ micrometer
Panme, thước micro-met, thước vi kế (đo kích thước bên ngoài cửa vật)

마이크로패럿 _ microfarad
Micro fara (+ đơn vị)

마찰 _ friction
Ma sát, sự cọ sát

마찰력 _ friction force
Lực ma sát

마찰하다 _ rub
Trà xát, cọ xát

마크 _ mark
Dấu

막 _ membrane
Màng

막대 _ pole
Gậy, thanh

(그물코 등의) 막힘 _ clogging
Bị nghẹn, bị tắc

만나다 _ meet
Thích hợp, tương xứng

만들다 _ make
Làm ,chế tạo

만력 _ vice
Bàn kẹp, ê- tô

마

말랑말랑(하다) _ fluffy
Phồng phồng

망간 _ manganese(Mn)
Mangan (Mn)

망간 강 _ manganese steel
Thép măng- gan

맞물리다 _ engage
Ăn khớp(bánh răng)

맞추다 _ hit
Cho hai vật tiếp xúc với nhau

매끄러운 _ smooth
Trơn tuột

매뉴얼 _ manual
Bằng tay, thao tác bằng tay, làm thủ công

매뉴얼 트랜스미션 _ manual transmission
Hộp số cơ khí

매다 _ yoke
Nạng chủ động và nạng bị động (của các- đăng)

매달다 _ suspend
Treo, móc

매달다 _ suspend
Treo

매상 _ sales
Doanh thu

맥동 _ pulsation
Sự rung động

머플러 _ muffler
Ống bô, ống tiêu âm xe hơi

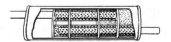

먼지 _ dust
Bụi

멀티 _ multi
Nhiều, đa số, đa năng

멈추다 _ stop
Dừng lại, bị dừng lại

메이커 _ maker
Hãng sản xuất, nhà sản xuất

메인 _ main
Chính

메인 _ main
Chính, chủ yếu

메인 드라이브 기어 _ main drive gear
Bánh răng chủ động chính của hộp số

메인 샤프트 _ main shaft
Trục chủ động của hộp số

마

메인터넌스 _ maintenance
Bảo dưỡng, bảo trì

메인터넌스 관리 _ maintenance management
Quản lí bảo dưỡng, quản lí bảo trì

메카닉 _ mechanic
Nhân viên kỹ thuật, kĩ sư, thợ cơ khí

메커니즘 _ mechanism
Cơ cấu, cơ chế

메타 _ meta(m)
Công tơ mét, đồng hồ đo mét (m)

멤버 _ member
Cấu kiện, thanh, xà, member

면의 흔들림 _ surface runout
Độ đảo của mặt (bánh đà)

면적 _ area
Diện tích

모노코크 보디 _ monocoque body
Thân và khung liền khối, thân xe khung liền

모델 _ model
Mô hình, kiểu mẫu

모멘트 _ moment
Lực quán tính, mô- men

모터 _ motor
Mô- tô, động cơ điện

모퉁이 (→각) _ corner
Góc

몰 _ mol
Mol, mol chất (MOL) (+ đơn vị phân tử gam)

몽키 렌치 _ monkey wrench
Mỏ lết, mơ tốt

무게중심 _ center of gravity
Trọng tâm

무한대 _ infinity
Vô hạn

문 _ door
Cánh cửa, cửa

물 _ water
Nước

물의 _ hydro-
hí hydro

미끄러지다 _ slip
Trơn, trượt

미끄러짐 _ slip
Trượt

미끄러짐 방지 _ slip stopper
Phòng (ngừa) trượt

미니 _ mini
Nhỏ, thu nhỏ

미니밴 _ mini-ban
Mẫu xe mini van

미니엄 _ minium
Tối thiểu

미드십 _ midship
Mid engine, động cơ đặc ở giữa

미등 _ tail light
Đèn hậu

미러 _ mirror
Gương, phản chiếu

미묘 _ subtle
Không rõ ràng

미분 _ differentiation
Vi phân

미터 _ meter(m)
Mét (m)

밀도 _ density
Mật độ

밀리 _ millimeter(mm)
Milimet (mm)

밀리세컨드 _ millisecond
Phần nghìn giây

밀착(하다) _ adhere to
Dính chặt

밀폐(하다) _ seal up
Đóng chặt, bít chặt

마

Ba

모빌리티 용어 대조 핸드북

바 _ bar
Thanh, cán, cái cần gạt

바깥쪽 _ outside
Bề ngoài, mặt ngoài, phía ngoài

바꾸다 _ change
Đổi, làm thay đổi

바뀌다 _ change
Thay đổi

바늘 _ needle
Cây kim

바니시 _ varnish
Varnish, véc-ni

바이스 _ vise
Bàn kẹp, ê- tô

핸들   조
타격부
타격 금지
고정부

바이어스 타이어 _ bias tire
Lốp bố chéo

카커스 카커스   트레드 벨트
트레드   카커스
바이어스 타이어   레이디얼 타이어

바이오 가솔린 _ bio gasoline
Xăng sinh học

바이크 _ bike
Xe mô tô, xe máy

바퀴고정대 _ wheel stopper
Vật chèn bánh xe

바퀴윤곽 _ outline
Hình bao

박스 _ box
Hộp

박스 렌치 _ box wrench
Cờ Lê ống

박스 카 _ box car
Xe thùng

박스형 _ box shape
Hình hộp

반경 _ radius
Đường bán kính

바

반대로 됨 _ upside down
Đảo ngược

반도체 _ semiconductor
Chất bán dẫn

반비례(하다) _ inverse proportion
Tỷ lệ nghịch

반사 _ reflection
Phản xạ

발광 다이오드 _ LED(Light Emitting Diode)
Đi- ốt phát sáng, diode phát sáng, đèn led

발생(하다) _ take off
Phát sinh, sinh ra

발열(하다) _ generate heat
Phát nhiệt

발열성 _ heat dissipation
Tản nhiệt

발전(발전하다) _ generate electricity
Phát điện

발전기 _ generator
Máy phát điện

발화(하다) _ ignite
Bắn, phát hoả

밟다 _ tread
Đạp

방법 _ method
Phương pháp

방식 _ method
Phương thức

방전(하다) _ discharge
Phóng điện

방지(하다) _ prevent
Phòng ngừa, đề phòng

방진 _ dustproof
Chắn bụi

방향 _ direction
Phương hướng, phía

방향 _ direction
Phương hướng

배기(하다) _ exhaust
Xả khí, kì thải

배기 매니폴드 _ exhaust manifold
Cổ góp xả, cổ xả

바

배기 밸브 _ exhaust valve
Xu-páp thải, xu-páp xả, van thoát khí

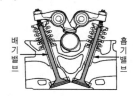

배기 밸브 _ exhaust valve
Van nạp

배기 밸브 _ exhaust valve
Xu páp xả

배기 파이프 _ exhaust pipe
Ống dẫn khí xả, ống xả

배기가스 _ exhaust gas
Khí thải, khí xả

배력 _ boost
Tăng lực

배분(하다) _ distribute
Phân phát, phân bổ

배선 _ wiring
Hệ thống dây điện

배전기구 _ power distribution mechanism
Bộ chia điện

배출(하다) _ discharge
Sự phát thải

배터리 _ battery
Ác quy, bình điện

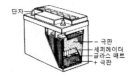

백 레인지 _ back range
Số lùi

백 미러 _ back mirror
Gương chiếu hậu

백금 _ platinum(Pt)
Bạch kim (Pt)

백업 램프 _ back up lamp
Đèn báo lùi

밴딩 _ bending
Uốn

밸런스 _ balance
Sự cân bằng

밸런스 웨이트 _ balance weight
Đối trọng

밸브 _ valve
Van, xu-páp

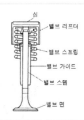
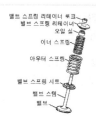

밸브 가이드 _ valve guide
Ống dẫn hướng xu- páp

밸브 기구 _ valve mechanism
Cơ cấu phân phối khí

밸브 스프링 _ valve spring
Lò xo xu- páp

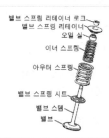

밸브 시트 _ valve seat
Ổ đặt xu-páp, đế xu-páp

버니어 캘리퍼스 눈금 _ vernier calipers scale
Thang đo thân thước phụ

버니어 캘리퍼스 _ vernier calipers
Thước phụ

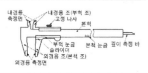

버스 _ bus
Xe buýt

버스트 _ burst
Nổ

버튼 _ button
Nút bấm

번호 _ number
Số hiệu

번호 _ number
Mã hiệu

번호판 _ number plate
Biển số, bảng số xe

벌브 ② _ bulb
Bóng đèn

범위 _ range
Phạm vi, tầm

범퍼 _ bumper
Thanh chắn bảo hiểm, thanh cản

법규 _ regulation
Pháp quy, luật lệ, luật

벗기다 _ peel
Gọt

베벨 기어 _ bevel gear
Bánh răng côn, bánh răng nón

스퍼 베벨기어   스파이럴 베벨기어

베어링 _ bearing
Ổ bi, vòng bi

베어링 풀러 _ bearing puller
Vam tháo vòng bi

베인 _ vane
Cánh quạt

벡터 _ vector
Véc- tơ

벤츄리 _ venturi
Họng khuyếch tán (trong bộ chế hoà khí)

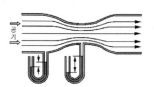 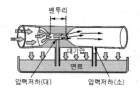

벤치 시트 _ bench seat
Ghế dài, ghế sau

벤틸레이션 _ ventilation
Thông gió

벤틸레이티드 디스크 _ ventilated disk
Lỗ thông gió trên đĩa

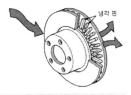
냉각 핀

벨 ① _ bell
Cái chuôn

벨 ② _ bel(B)
Bel (B) (+ đơn vị)

벨트 _ belt
Dây đai, đai chuyển động

변속(하다) _ shift gears
Sự thay đổi tốc độ, biến tốc

변형(하다) _ transform
Biến dạng, biến đổi

변형계 _ strain meter
Máy đo biến dạng, ứng biến

변화(하다) _ change
Biến hoá, thay đổi

변환(하다) _ convert
Biến đổi

바

병렬 _ parallel
Song song, sóng đôi

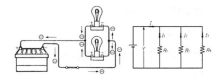

병용(하다) _ combine
Sự sử dụng đồng thời, sự kết hợp

보강(하다) _ reinforce
Tăng cường gia cố

보닛 _ bonnet
Nắp đậy khoang động cơ, nắp ca pô

보디 _ body
Thân xe

보디 리페어 _ body repair
Sửa chữa thân vỏ xe

보디 사이즈 _ body size
Cỡ thân xe, kích thước xe

보디 컬러 _ body colour
Màu thân xe

보상(하다) _ compensate
Sự bù, bồi thường

보수(하다) _ maintain
Bảo toàn, bảo thủ

보어 _ bore
Khoan, lỗ khoan

보일러 _ boiler
Nồi hơi

보조(하다) _ assist
Bổ trợ, phụ trợ

보존(하다) _ preserve
Bảo tồn

보증(하다) _ guarantee
Bảo hành

보충(하다) _ replenish
Bổ sung

보태다 _ add
Cộng

보험 _ insurance
Bảo hiểm

보호(하다) _ protect
Bảo vệ, bảo hộ

복구되다 _ repair
Sự sửa chữa, tu sửa

바

본척 _ main measure
Thân thước chính

본척 눈금 _ mail scale
Thang đi thân thước chính

본체 _ body
Bộ phận chính, thân mọt bộ phận

볼 _ ball
Viên bi, bình cầu

볼 너트 _ boll nut
Đai ốc bi

볼 너트형 스티어링 기어 _ ball nut steering gear
Lái loại bi tuần hoàn (trục vít- cung răng)

볼 베어링 _ ball bearing
Vòng bi cầu, ổ bi cầu

레이디얼 베어링　　　　스러스트 베어링

볼 선반 _ drilling machine
Máy khoan

볼 조인트 _ ball joint
Khớp cầu

경질 폴리에틸렌 수지

볼트 ① _ bolt
Bu- lông, vít cấy, ốc vít

볼트 ② _ volt
Vôn, volt (V) (+ đơn vị đo điện áp)

볼트앰미터 _ voltammeter
Vôn ampe kế

볼트접합 _ bolt joint
Mối nối bu lông

볼티지 레귤레이터 _ voltage regulator
Bộ điều chỉnh điện áp

봉입(하다) _ enclose
Sự kèm theo, gắn kèm

부동형 캘리퍼 _ floating caliper
Giá đỡ di động

부드럽게 하다 _ relieve
Làm nguội đi, làm dịu đi

부력 _ buoyancy
Lực nổi

부름 _ call
Kích thước danh định

부리 _ beak
Mỏ

부분 _ part
Chi tiết máy, thành phần

~부분 _ department
Chi tiết máy, thành phần

부분 마모 _ local wear
Mòn cục bộ

부속(하다) _ come with
Sự phụ thuộc, sáp nhập

부시 _ bush
Ống lót, bạc lót

부싱 _ busing
Ống lót, cái lót trục

부압 _ negative pressure
Áp suất âm

부저 _ buzzer
Còi, chuông

부조화 _ defect
Bất tiện, khuyết tật

부족하다 _ lack
Thiếu

부착 _ installation
Gắn kết, đặt (hệ thống máy móc)

부착하다 _ install
Lắp đặt

부채 _ fan
Cái quạt

부채형 _ fan shape
Hình quạt

부츠 _ boots
Cao su chụp bụi, nắp chụp cao su, chụp chắn bụi

바

부품 _ parts
Linh kiện, phụ tùng(máy móc) chi tiết, bộ phận

부하 _ load
Gánh nặng, đè nặng, tải, tải trọng

분류(하다) _ classify
Phân loại

분리(하다) _ separate
Sự phân tách, phân li

분배(하다) _ distribute
Phân phối

분사(하다) _ spray
Phun ra

분사구 _ nozzle
Lỗ phun

분사노즐 _ injection nozzle
Vòi phun, kim phun

단공형   다공형   핀틀형   스로틀형

분산(하다) _ disperse
Phân tán

분석(하다) _ analyse
Phân tích

분해(하다) _ disassemble
Tháo rời từng chi tiết, tháo máy

분해조립 _ disassembly and assembly
Tháo lắp

불균형 _ unbalance
Không cân bằng, mất cân bằng

불량 _ bad
Không tốt

불을 켜다 _ turn on
Bật

불이 켜지다 _ turn on
Được bật

붙다 _ attach
Kèm vào, dính vào

붙이다 _ attach
Gắn vào

붙이다 _ stick together
Dán vào, ghép vào, làm dính vào

브래킷 _ bracket
Giá đỡ, dầm đỡ

브레이크 _ brake
Phanh

바

브레이크 드럼 _ brake drum
Tang trống phanh

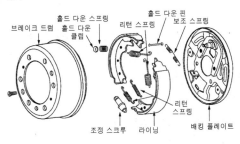

브레이크 드럼   홀드 다운 스프링   홀드 다운 핀
홀드 다운   리턴 스프링   보조 스프링
클립
리턴
스프링
조정 스크루   라이닝   배킹 플레이트

브레이크 디스크 _ brake disk
Đĩa phanh

벤틸레이티드 타입   솔리드 타입

105

브레이크 라이닝 _ brake lining
Má phanh

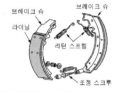

브레이크 램프 _ brake lamp
Đèn phanh

브레이크 부스터 _ brake booster
Bầu trợ lực phanh

브레이크 슈 _ brake shoe
Guốc phanh đĩa phanh

브레이크 오일 _ brake oil
Dầu phanh

브레이크 캘리퍼 _ brake caliper
Giá đỡ, càng phanh

브레이크 파이프 _ brake pipe
Ống dẫn dầu phanh

브레이크 패드 _ brake pad
Má phanh

브레이크 페달 _ brake pedal
Chân phanh, bàn đạp phanh

브레이크 플루이드 _ brake fluid
Dầu phanh

브레이크 호스 _ brake hose
Ống dẫn dầu phanh

브레이크액 _ brake fluid
Dầu phanh

바

블로바이 가스 _ blowby gas
Lọt khí

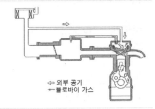

⇦ 외부 공기
← 블로바이 가스

블로어 _ blow
Thổi

비등(하다) _ boil
Sôi

비뚤어지다 _ be distorted
Bị bẻ cong, cong

비례(하다) _ proportional
Tỷ lệ, tỷ lệ thuận

비상등 _ hazard lamp
Đèn báo nguy, đèn cảnh báo

비열 _ specific heat
Tỷ nhiệt, nhiệt dung riêng

비율 _ ratio
Tỉ lệ, tỉ số

비점 _ boiling point
Nhiệt độ sôi

비중 _ specific gravity
Tỷ trọng, trọng lượng riêng

비중계 _ hydrometer
Tỷ trọng kế

유리 튜브   뚜껑

비틀다 _ twist
Vặn, xoáy, xoay

비틀리다 _ be twisted
Bị vặn, bị vẹo, bị xoắn

비틀림, 꼬임 _ twist
Sự vặn, xoắn, độ xoắn, biến dạng xoắn

빈번 _ frequency
Sự thường xuyên, lặp đi lặp lại

빔 _ beam
Ánh sáng đèn, chùm sáng đèn

빠르다 _ fast
Sớm

빠지다 _ unplug
Tháo

빨아들이다 _ inhale
Hút vào

빼앗다 _ usurp
Cướp đi, lấy đi

Sa

모빌리티 용어 대조 핸드북

사각형 _ quadrangle
Hình tứ giác

사고 _ accident
Tai nạn sự cố

사다리형 _ ladder type
Hình thang

사륜 _ four wheel
4 bánh xe

사양 _ specification
Cách thức, phương thức

사용(하다) _ use
Sử dụng

사이드 _ side
Bên cạnh, cạnh, phụ

사이드 기어 _ side gear
Bánh răng phụ

사이드 브레이크 _ side brake
Phanh phụ, phanh tay

사이드 에어백 _ side airbag
Túi khí cạnh xe (side air bag)

사이즈 _ ssize
Kích thước, cỡ

사이클 _ scycle
Chu kỳ (cycle)

산소(O) _ soxygen(O)
Ô xi, dưỡng khí (O)

산화(하다) _ soxidize
Sự oxy hoá

삼각형 _ striangle
Hình Tam giác

상단 _ stop
Mép trên, cạnh trên

상부 _ stop
Bên trên

상사점 _ stop dead center
Điểm chết trên

상승(하다) _ srise
Tăng lên, tiến lên

상처 _ sflaw
Vết xước, vết thương

상태 _ sstate
Bước, trạng thái

상하 _ sup and down
Lên xuống, sự dao động

새다 _ sleak out
Rò rỉ, chảy ra, lộ

샌드페이퍼 _ ssandpaper
Giấy nhám

샘 _ sleakage
Rò, chảy, rỉ rỉ

생기다 _ sarise
Phát sinh, nảy sinh

생산(하다) _ sproduce
Sự sản xuất, sinh sản

샤프트 _ sshaft
Trục

섀미 가죽 _ schamois leather
Khăn lau khô xe bằng da lộn

섀시 _ schassis
Khung gầm ô tô, gầm xe

한국어 – 베트남어 – 영어 ●

서드 _ sthird
Thứ ba

서모스탯 _ sthermostat
Van hằng nhiệt

서미스터 _ sthermistor
Điện trở nhiệt, nhiệt điện trở(thermistor)

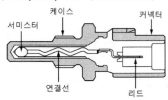

서미스터   케이스   커넥터

연결선   리드

사

서브 _ ssub
Phó, phụ

서브 프레임 _ ssub frame
Khung phụ

서비스 _ service
Dịch vụ, phục vụ

서비스 매뉴얼 _ service manual
Bản hướng dẫn bảo dưỡng và sửa chữa xe ô tô

서비스 스탭 _ service staff
Nhân viên kĩ thuật

서비스 프런트 _ service front
Quầy phục vụ, quầy lễ tân

113

서스펜션 _ suspension
Hệ thống treo

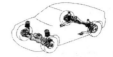

서클 _ circle
Vòng tròn

섞다 _ mix
Trộn

섞이다 _ be mixed
Được trộn

선 기어 _ sun gear
Bánh răng mặt trời của e bộ truyền bánh răng hành tinh

선 형상 _ liner
Nét kẻ, tuyến tính

선회(하다) _ turn
Xoay vòng

설계(하다) _ design
Thiết kế

설명(하다) _ explain
Thuyết minh, giải thích

설비 _ equipment
Thiết bị

설정(하다) _ establish
Cài đặt

설치하다 _ set up
Thiết lập, trang bị

섭씨 _ celsius(℃)
Độ C, nhiệt độ celcius

성능 _ performance
Tính năng, hiệu suất

성질 _ nature
Tính chất

세게 조이다 _ tighten
Siết chặt, buộc chặt

세단 _ sedan
Xe kín mui, mẫu xe sedan

세라믹스 _ ceramic
Đồ sứ

세우다 _ stop
Đỗ, làm dừng lại

사

세우다 _ stand up
Dựng, lập (kế hoạch), dựng đứng

세이프티 _ safety
An toàn

세이프티 밸브 _ safety valve
Van an toàn

세정(하다) _ wash
Làm sạch

세차(하다) _ wash a car
Sự rửa xe

세컨드 _ second
Thứ hai

세트(로) _ in sets
Bộ (theo bộ)

세팅(하다) _ set
Thiết lập, cài đặt

세퍼레이터 _ separator
Vách ngăn trong bình ắc- quy

섹터 _ sector
Hình quạt

섹터 기어 _ sector gear
Vành răng hình quạt, cung răng hình rẻ quạt

센서 _ sensor
Bộ cảm biến

센터 _ center
Chỉnh tâm, điểm giữa, lõi

셀프 인덕션 _ self induction
Tự cảm

셀 _ shell
Vỏ ngoài

소성 _ plasticity
Sự dẻo dai, tính dẻo

소수 _ decimal
Số thập phân

소수 _ few
Ít

소수점 _ decimal point
Dấu thập phân

소자 _ element
Phân tử

소킷 _ socket
Đầu tuýp (+ được sử dụng như 1 bộ phận của tuýp)

소킷 렌치 _ socket wrench
Cờ Lê ống, cờ Lê tuýp, khẩu

소프트 _ soft
Mềm

소프트웨어 _ software
Phần mềm

소형 _ small size
Dạng nhỏ, kích thước nhỏ, cỡ nhỏ

소형트럭 _ small truck
Ô tô tải nhỏ

속도 _ speed
Tốc độ, vận tốc

속도계 _ speed meter
Đồng hồ đo tốc độ

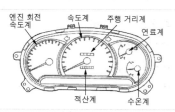

손 _ hand
Tay

손상(되다) _ damage
Làm hư hỏng, phá hủy, phá hỏng

손상되다 _ damage
Gây thương tích, làm tổn thương

손실 _ loss
Tổn thất

손잡이 _ handle
Cái quai

솔라 에너지 _ solar energy
Năng lượng mặt trời

쇼트(나다) _ short
Chập, ngắn

쇼 _ shock
Sự sốc, chấn động

쇼 업소버 _ shock absorber
Bộ giảm chấn, bộ giảm xóc

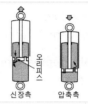

오리피스
신장측   압축측

숏 서킷 _ short circuit
Sự chập mạch, ngắn mạch

수나사 _ male screw
Bu- lông, răng ốc vít, ren ngoài, trục ren

수동 _ manual
Thao tác tay, thủ công

수동 축 _ passive axis
Trục bị động

수로 _ channel
Ống nước

수리(하다) _ fix
Sửa chữa

수리공장 _ repair shop
Xưởng sửa xe

수분 _ moisture
Thành phần nước, nước

수소 _ hydrogen(H)
Khí hydro (H)

수순 _ procedure
Thứ tự, quy trình, trình tự

수온 _ water temperature
Nhiệt độ nước

수작업 _ manual work
Thủ công nghiệp

수정(하다) _ correct
Sửa chữa, tu sửa, sửa đổi

수지 _ resin
Nhựa

수직 _ vertical
Thẳng đứng

수치 _ numerical value
Trị số

수퍼차저 _ supercharger
Hệ thống siêu tăng áp dùng bơm khí nén dẫn động cơ khí hoặc điện

수평 _ horizontal
Nằm ngang

순도 _ purity
Độ tinh khiết

순번 _ order
Lần lượt, thứ tự

순식간 _ instant
Trong chốc lát

순정 부품 _ genuine pasrt
Phụ tùng chính hiệu

순정 파츠 _ genuine parts
Phụ Tùng chính hiệu, phụ Tùng chính hãng

순환(하다) _ circulate
Lưu thông

슈 _ shoe
Guốc phanh

슈 리턴 스프링 _ shoe return spring
Lò xo hồi vị (của các guốc phanh)

사

121

스냅 링 _ snap ring
Vòng chặn chốt pít- tông, phanh hãm chốt pit- tông

스냅 링 플라이어 _ snap ring plier
Kìm lò xo

스러스트 _ thrust
Thành đẩy

스로틀 밸브 _ throttle valve
Bướm ga

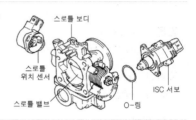

스로틀 포지션 센서 _ throttle position sensor
Cảm biến vị trí bướm ga

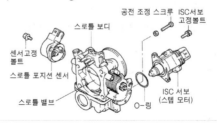

스모크 _ smoke
Khói

스위치 _ switch
Nút ấn, công tắc

스캔 툴 _ scan tool
Máy kiểm tra cầm tay

스케일 _ scale
Dụng cụ đo chiều dài, thước đo

스켈톤 _ skeleton
Khung xương

스킬 _ skill
Kĩ năng

스타일 _ style
Hình dáng, hình dạng

스타터 _ starter
Máy khởi động

스타터 모터 _ starter motor
Máy khởi động

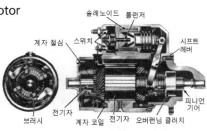

스타터 스위치 _ starter switch
Công tắc khởi động

스타터 키 _ starter key
Khoá điện khởi động

스태빌라이저 _ stabilizer
Thanh ổn định, thanh cân bằng

스태빌라이저

스태빌리티 컨트롤 _ stability control
Bộ điều khiển ổn định xe, hệ thống cân bằng điện tử (EPS)

스태프 _ staff
Nhân viên

스탠다드 _ standard
Tiêu chuẩn, chuẩn mực

스터드리스 타이어 _ studless tire
Bánh xe đi tuyết

스터드 리스 타이어 패턴측

스테이션 왜건 _ station wagon
Xe 4 chỗ ngồi, 4 cửa và 1 cửa sau

스테이터 _ stator
Cuộn lõi trong củ đề, stato trong
máy khởi động hoặc máy phát điện

스테이터 철심

스테이터 코일

124

스테인리스 _ stainless
Thép không gỉ

스테인리스 스틸 _ stainless steel
Thép không gỉ

스토퍼 _ stopper
Dụng cụ dùng cố định

스트러트 _ strut
Thanh trống, thanh đỡ

스트레이너 _ strainer
Lọc thô, lưới lọc thô

스트레이트 _ straight
Thẳng

스트레이트 에지 _ straight edge
Thước thẳng chuẩn

스트로크 _ stroke
Ảnh trình pít- tông, khoảng cách dịch chuyển của pít-tông giữa 2 điểm chết

스티어링 _ steering
Hệ thống lái, hệ thống dẫn bướng

스티어링 기어 _ steering gear
Bánh răng chuyển hướng, cơ cấu lái

스티어링 샤프트 _ steering shaft
Trục vô lăng, cột lái

스티어링 장치 _ steering unit
Hệ thống lái, hệ thống chuyển hướng

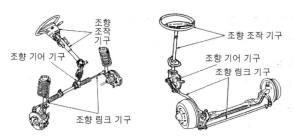

스티어링 휠 _ steering wheel
Vô lăng, vành tay lái

스틸 휠 _ steel wheel
Bánh xe vành thép

스틸 _ steel
Thép

스팀 엔진 _ steam engine
Máy hơi nước

스파이더 _ spider
Trục chữ thập

스파이럴 _ spiral
Đường xoắn ốc

스파크 _ spark
Tia lửa

스파크 플러그 _ spark plug
Bu-gi

스패너 _ spanner
Cờ lê, chìa vặn

스팬 _ span
Khoảng cách

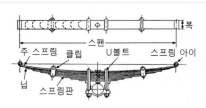

스퍼 기어 _ spur gear
Cặp bánh răng trụ răng thẳng

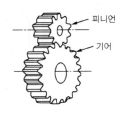

사

스페어 _ spare
Sự dự trữ, dự phòng

스페어 타이어 _ spare tire
Bánh dự phòng, bánh sơ cua

스페이서 _ spacer
Thành, miếng phần cách (giữa 2 bộ phận)

스페이스 _ space
Không gian

스펙 _ specification
Thông số kĩ thuật

스포츠 카 _ sports car
Xe thể thao

스포크 _ spoke
Nan hoa

스폿 용접 _ spot welding
Hàn chấm

스풀 _ spool
Ống cuốn

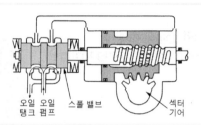

오일 오일 스풀 밸브   섹터
탱크 펌프   기어

스프레이 _ spray
Bơm phun

스프레이 건 _ spray gun
Súng phun(sơn)

스프로킷 _ sprocket
Đĩa xích, bánh xích

다울핀
구멍

스프링 _ spring
Lò xo

스플라인 _ spline
Trục then hoa

스피너 핸들 _ spinner handle
Cần tuýp đầu lắc léo (được sử dụng như là một bộ phận của tuýp)

스피드 _ speed
Tốc độ

스피드 미터 _ speed meter
Đồng hồ đo tốc độ

태코 미터 스피드 미터 적산계 연료계 구간 거리계 수온계

스핀들 _ spindle
Trục xoay tròn dạng ngắn

슬라이드 도어 _ slide door
Cửa trượt

슬라이드(하다) _ slide
Sự trượt

슬라이딩 _ sliding
Đèn chiếu, máy chiếu

사

슬로프 _ slope
Sườn dốc, độ dốc

슬리브 _ sleeve
Ống trượt của hộp số

슬립 사인 _ slip sign
Dấu hiệu trượt

슬릿 _ slit
Hình rãnh, khe hở

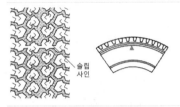

승압 _ boost
Lên điện áp cao hơn

승용차 _ passenger car
Ô tô chở khách

시각 _ visual
Thị giác

시간 _ time
Thời gian

시그널 _ signal
Tín hiệu cảnh báo

시기 _ period
Thời kỳ

시멘트 _ cement
Xi măng

시뮬레이션 _ simulation
Mô phỏng

시스템 _ system
Hệ thống

시승(하다) _ test drive
Lái thử xe, kiểm tra ổ đĩa

시야 _ visibility
Tầm nhìn, mắt nhìn

시의적절함 _ timely
Kịp thời

시장 _ market
Chợ, thị trường

시트 _ seat
Chỗ ngồi, ghế ngồi trên xe ô tô

사

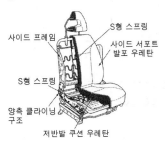

사이드 프레임
S형 스프링
사이드 서포트
발포 우레탄
S형 스프링
양측 클라이닝
구조
저반발 쿠션 우레탄

시트 벨트 _ seat belt
Dây thắt an toàn, dây đai an toàn

시프트 다운 _ shift down
Giảm số

시프트 레버 _ shift lever
Cần gạt, cần số

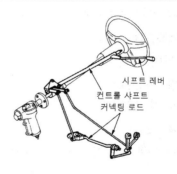

시프트 업 _ shift up
Tăng số

시프트 체인지 _ shift change
Thay đổi vị trí, gài số

시프트 포크 _ shift fork
Càng gạt, càng chuyển số, càng cua

시프트 레버
저속용 시프트 레일
로킹 볼 스프링
로킹 볼
고속용 시프트 레일
후진용 시프트 레일
시프트 포크

시프트 _ shift
Thay đổi số, chuyển đổi số

시험(하다) _ test
Thi cử, thử nghiệm

식다 _ cool down
Lành đi, nguội đi

신차 _ new car
Xe mới

신품 _ brand new
Sản phẩm mới, linh kiện mới

신호 _ signal
Đèn hiệu, đèn giao thông

신호(하다) _ signal
Hiệu lệnh, dấu hiệu

사

실 _ seal
Keo dùng để lắp khe hở, keo chống nước

실내 _ indoor
Phần nội thất

실렉트 _ select
Chọn

실리콘 _ silicon
Silic (Si)

실린더 _ cylinder
Xi- lanh

실린더

실린더 게이지 _ cylinder gauge
Đồng hồ so, máy đo xi- lanh
(+ dụng cụ đo đường kính
bên trong của xi-lanh)

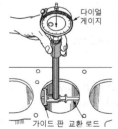

다이얼
게이지

가이드 판 교환 로드

실린더 블록 _ cylinder block
Thân máy, khối hối xi lanh

실린더 헤드 개스킷 _ cylinder head gasket
Đệm nắp máy, gioăng nắp máy, gioăng mặt máy

실린더 헤드 _ cylinder head
Đầu xi- lanh, nắp xi-lanh, nắp máy

실험(하다) _ experiment
Kinh nghiệm thực tế, thực nghiệm

실험실 _ laboratory
Phòng thí nghiệm

심 _ shim
Vòng đệm chữ O, vòng sim cao su

심 _ core
Phần cốt lõi, trung tâm

십자 드라이버 _ plus driver
Tua vít đầu bake (chữ thập)

싱글 _ single
Đơn lẻ, riêng lẻ

싱글 캐빈 _ single cabin
Cabin đơn

싱크로 _ synchro
Đồng bộ

사

싱크로나이저 링 _ synchronizer ring
Vòng đồng tốc

싱크로나이저 링   기어

싱크로나이저 키 _ synchronizer key
Khoá đồng tốc

싱크로나이저 핀 _ synchronizer pin
Chốt đồng tốc

싱크로메시 기구 _ synchromesh mechanism
Cơ cấu đồng tốc, bộ đồng tốc

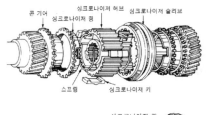

쌍곡선 _ hyperbola
Đường cong hyoecpon

쐐기형 _ wedge shape
Hình nêm

쑥 내민 것·곳 _ overhang
Nhô ra, lồi ra

쑥 내밀다 _ protrude
Bị lồi lên, bị phồng lên

쓰러뜨리다 _ knock down
Lật đổ, chặt đổ, quật đổ

쓰러지다 _ fall down
Bị đổ, ngất

사

모빌리티 용어 대조 핸드북

아날로그 _ analog
Tín hiệu tương tự

아스팔트 _ asphalt
Nhựa đường

아연(Zn) _ zinc
Kẽm(Zn)

아우터 _ outer
Phía ngoài, bên ngoài

아웃 _ out
Phía ngoài, bên ngoài, out

아웃렛 포트 _ outlet port
Cửa ra, lỗ xả

아웃렛 _ outlet
Thải ra

아웃사이드 _ outside
Phía ngoài, bên ngoài

아웃풋 _ outfoot
Đầu ra

아이들 기어 _ idle gear
Bánh răng trung gian

캠축 기어
분사펌프
기어
아이들러
기어
크랭크축
기어

아이들링 _ idling
Chế độ garanti, chế độ không tải, chế độ chạy không

아이들링 스톱 _ idling stop
Hệ thống tắt máy tạm thời

아치 _ arch
Vòm, hình vòng cung

아크용접 _ arc welding
hàn hồ quang

안개등 _ fog lamp
Đèn sương mù

안전 _ safety
An toàn

안전벨트 _ safety belt
Dây an toàn, đai an toàn

안정성 _ stability
Ổn định, tính ổn định

안쪽 _ inside
Bên trong

안쪽 _ inside
Bên trong, ở trong, nội bộ

알람 _ alarm
Cảnh báo

알로이 휠 _ alloy wheel
Thép hợp kim

알루미나 _ alumina
Oxit nhôm

알루미늄 휠 _ aluminum wheel
Bánh xe bằng nhôm

알루미늄(Al) _ aluminum
Nhôm (A1)

암 _ arm
Tay đòn, cánh tay đòn

암나사 _ female screw
Đai ốc, răng của đai ốc, ren trong, lỗ ren

암레스트 _ armrest
Tay vịn, chỗ để tay bên cạnh ghế ngồi

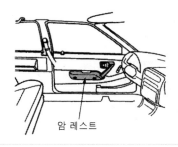

암 레스트

암미터(전류계) _ ammeter
Đồng hồ đo cường độ dòng điện, ampe kế

암페어(A) _ ampere(A)
Ampe(A) (+ đơn vị dòng điện)

압력 _ pressure
Áp lực, sức ép, áp suất, lực nén

압력 게이지 _ compression gauge
Đồng hồ đo áp suất nén, áp kế

압력 펌프 _ compression pump
Bơm nén khí

압력계 _ pressure meter
Đồng hồ đo áp suất, áp kế

압력펌프 _ pressure pump
Bơm áp lực

아

압송(하다) _ send by compress
Đưa(nước, khí) vào bằng áp lực

압착(하다) _ crimp
Ấn, ép bằng áp lực

압축(하다) _ compress
Sự ép, sự nén lại, nén, kì nén

압축공기 _ compressed air
Khí nén

압축 링 _ compression ring
Xéc- măng khí

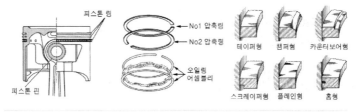

압축압력 _ compaction pressure
Áp suất nén

앞바퀴 _ front wheel
Bánh xe phía trước

애널리저 _ analyser
Bộ phân tích, thiết bị phân tích, máy phân tích

애자 _ insulator
Chất cách điện

애프터 _ after
Sau, sau đó

액세서리 _ accessary
Phụ kiện, đồ chơi ô- tô

액셀러레이터 페달 _ accelerator pedal
Bàn đạp ga, chân ga

액셀러레이터 포지션 센서 _ accelerator position sensor
Cảm biến vị trí chân ga

액셀러레이터 _ accelerator
Gia tốc, tăng tốc, tăng ga

액슬(축) _ axle
Cầu xe, trục xe

액슬 샤프트 _ axle shaft
Trục chuyển động, trục dẫn động

액슬 하우징 _ axle housing
Vỏ cầu xe

밴조형   스플릿형   빌드업형

액체 _ liquid
Chất lỏng, dịch thể

액추에이터 _ actuator
Bộ truyền động, thiết bị truyền động, bộ kích thích, bộ chấp hành, bộ công tác, cơ cấu chấp hành

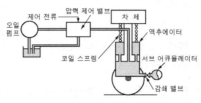

액화 _ liquefaction
Hoá lỏng

액화천연가스 _ LNG(Liquefied Natural Gas)
khí thiên nhiên hoá lỏng

앵글 _ angle
Góc độ

앵커 핀 _ anchor pin
Chốt gài, chốt hãm, chốt chẻ

약간 _ a little
Ít nhiều, một số

양 _ quantity
Số lượng

양극 _ positive electrode
Cực dương

양극판 _ positive plate
Tấm bản cực dương

양끝 _ both ends
Hai mép, hai cạnh

양력 _ lift
Lực nâng

양방향 스패너 _ double-ended spanner
Cờ Lê hai đầu miệng hở, cờ Lê hai đầu dẹt

양방향 옵셋 렌치 _ double-ended wrench
Cờ Lê hai đầu miệng vòng, cờ Lê hai đầu tròng

어긋나게 하다 _ shift
Trì hoặc thêm, kéo dài thêm

어긋나다 _ shift
Lệch khỏi, trượt khỏi

어긋남 _ misalignment
Lệch, việc bị lệch, hai vật(cái) bị lệch nhau

어긋남 _ discrepancy
Sự trái ngược, sự không nhất quán

아

어댑터 _ adapter
Bộ chuyển đổi, thiết bị chuyển đổi

어셈블리 _ assembly
Lắp ráp

어스 _ earth
Cực âm, tiếp đất, nối mát, nối đất

어시스트 _ assist
Sự trợ giúp

어시스트 자전거 _ assist bicycle
Xe trợ lực

어저스트 _ adjust
Bộ phận điều chỉnh

어태치먼트 _ attachment
Đính kèm, dính kèm

어퍼 림 _ upper rim
Vành trên bánh xe

어퍼 서스펜션 암 _ upper suspension arm
Đòn trên hệ thống treo

어퍼 _ upper
Phía trên

억누르다 _ restrict
Giữ, nắm lấy

언더 _ under
Dưới, phía dưới

언더 스티어 _ understeer
Hướng lái lệch sang ngoài,
hiện tượng Understeer (Thiếu lái)

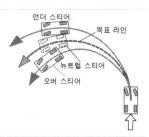

얼라인먼트 _ alignment
Sắp thẳng hàng, sự căn chỉnh, sự hiểu chỉnh

얼마쯤 _ a little
Một chút, hơi hơi

에너지 _ energy
Năng lượng

에어 _ air
Không khí, hơi, khí

에어 리프트 _ air lift
Kích hơi

에어 믹스 댐퍼 _ air mix damper
Van điều tiết hoà không khí, van điều tiết trộn khí

에어 밸브 _ air valve
Van khí

에어 브레이크 _ air brake
Phanh hơi, phanh khí nén

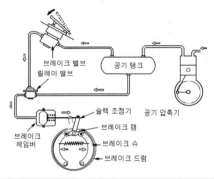

에어 빼기 _ deaeration
Tháo khí, việc tháo không khí

에어 서스펜션 _ air suspension
Hệ thống treo khí nén

에어 컨디셔너 _ air conditioner
Điều hoà không khí

에어 컴프레서 _ air compressure
Máy nén khí

에어 클리너 _ air cleaner
Bộ lọc khí, máy hút bụi

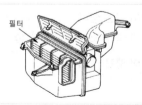

에어 탱크 _ air tank
Bình chứa khí

에어 플로우 미터 _ air flow meter
Cảm biến lưu lượng khí nạp

에어로 파츠 _ aero parts
Bộ phận thông khí, đưa không khí vào buồng máy

에어백 _ air bag
Túi khí an toàn, túi khí

에지 _ edge
Gờ, mép

에코 _ eco
Sinh thái, thân thiện môi trường, tiết kiệm

에코 카 _ eco car
Xe sinh thái, xe tiết kiệm nhiên liệu

에틸알코올 _ ethyl alcohol
Cồn(rượu), etylic

엔드 _ end
Phần kết, điểm cuối

엔지니어 _ engineer
Kĩ sư

아

엔지니어링 _ engineering
Kỹ thuật

엔진 _ engine
Động cơ

엔진 브레이크 _ engine brake
Phanh bằng động cơ(phanh số)

엔진 오일 _ engine oil
Dầu máy, dầu động cơ

엘리먼트 _ element
Phần tử lọc, lõi lọc

여과(하다) _ filter
Sự lọc

여과기 _ filter
Bộ lọc, bầu lọc

여자 _ excitation
Sự khích lệ, sự kích thích

역방향 _ the opposite direction
Chiều ngược

역학 _ mechanics
Cơ học, lực học

역할 _ role
Phận sự, vai trò, chức năng, nhiệm vụ

역회전(하다) _ roll in reverse
Chuyển động ngược, quay ngược

연결(하다) _ connect
Liên kết

연구(하다) _ study
Nghiên cứu

아

연료 _ fuel
Nhiên liệu

연료 탱크 _ fuel tank
Bình nhiên liệu, thùng nhiên liệu

연료 탱크   펄세이션 댐퍼
디스트리뷰션
파이프
연료
주입구
연료 펌프
연료 파이프   인젝터

연료 파이프 _ fuel pipe
Ống dẫn nhiên liệu

연료 펌프 _ fuel pump
Bơm nhiên liệu

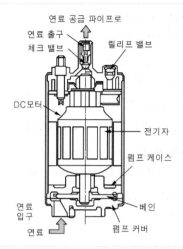

연료 공급 파이프로
연료 출구
체크 밸브
릴리프 밸브
DC모터
전기자
펌프 케이스
연료 입구
베인
연료
펌프 커버

연료 피드 펌프 _ fuel feed pump
Bơm chuyển nhiên liệu, bơm thấp áp, bơm tiếp liệu,
bơm tiếp viện

연료 필터 _ fuel filter
Lọc nhiên liệu, bầu lọc nhiên liệu

연료 호스 _ fuel hose
Ống nhiên liệu dạng mềm

연료공급 _ fuel delivery
Cung cấp nhiên liệu

연료전지차 _ fuel cell vehicle
Xe ô tô điện chạy bằng nhiên liệu hydro, Xe ô tô chạy
bằng pin nhiên liệu

연료캡 _ fuel cap
Nắp bình nhiên liệu

연마 _ polishing
Mài nhẵn, sự đánh bóng bề mặt

연마(하다) _ polish
Sự màu dũa

연마하다 _ polish
Mài, đánh bóng

연소(하다) _ combustion
Đốt cháy, nổ, cháy nổ, kỳ nổ, kỳ cháy

연소가스 _ combustion gas
Khí đốt

연소실 _ combustion chamber
Buồng cháy, buồng đốt

아

열 _ heat
Nhiệt

열다 _ open
Mở

열다 _ open
Được mở

열리다 _ open
Mở

열에너지 _ thermal energy
Năng lượng nhiệt

열화(하다) _ deteriorate
Làm hư hỏng, suy thoái

영구자석 _ permanent magnet
Nam châm Vĩnh Cửu

영업 _ sales
Doanh nghiệp, kinh doanh, bán hàng

영역 _ area
Lĩnh vực, vùng, lãnh thổ

영향(을 주다) _ influence
Sự ảnh hưởng, ảnh hưởng

예비 _ spare
Dự bị, để dành

오렌지 색 _ orange
màu da cam

오르다 _ rise
Tăng lên

오른나사 _ right-hand screw
Ren phải

전류의 방향

오리피스 _ orifice
Lỗ thông

오버 _ over
Vượt quá, quá

오버 드라이브 _ overdrive
Chế độ vượt tốc (O/D)

오버 스티어 _ oversteer
Hướng lái lệch sang nội, hiện tượng (thừa lái)

오버 히트 _ over heat
Quá nhiệt

오버홀 _ overhaul
Đại tu, sửa chữa lớn

오실로스코프 _ oscilloscope
Máy đo tần số, máy hiện sóng

오염(되다) _ contaminate
Sự ô nhiễm

오염되다 _ get dirty
Bị bẩn, bị vấy bẩn

오일 _ oil
Dầu, dầu nhớt, dầu bôi trơn

오일 갤러리 _ oil gallery
Đường dầu

아

오일 레벨 게이지 _ oil level gauge
Thước thăm dầu, que thăm dầu

오일 링 _ oil ring
Xéc- măng dầu

오일 스트레이너 _ oil strainer
Lọc dầu thô, lưới lọc thô dầu

오일 엘리먼트 _ oil element
Lõi lọc dầu, giấy lọc dầu

오일 캡 _ oil cap
Lắp đổ nhớt

오일 팬 _ oil pan
Nắp đổ nhớt

오일 펌프 _ oil pump
Bơm dầu

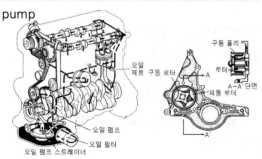

오일 필러 캡 _ oil filler cap
Bụng chứ dầu máy, các– te

오일 필터 _ oil filter
Bầu lọc dầu tinh

릴리프 밸브, 스프링

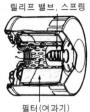

필터(여과기)

오일통로 _ oil passage
Ống dẫn, đường dầu

오차 _ error
Sai số, sai lệch

아

오토 리프트 _ auto lift
Cần nâng ô tô

오토 _ auto
Tự động, tự hành

오토매틱 _ automatic
Tự động

오토매틱 변속기 _ automatic transmission
Hộp số tự động

오토매틱 자동차 _ automatic vehicle
Xe sang số tự động

오토메이션 _ automation
Tự động hoá

오토바이 _ auto+bicycle
Xe máy, xe mô tô

오퍼레이팅 _ operating
Điều hành, vận hành

오프 _ off
Tắt

오픈 _ open
Sự mở

오픈 카 _ open car
Xe mui Trần

옥탄가 _ octane number
Chỉ số octan, giá trị octan

온 _ on
Bật

온도 _ temperature
Nhiệt độ

온도계 _ temperature meter
Thiết bị đo nhiệt độ, nhiệt kế

올리다 _ raise
Làm tăng lên

올터네이터 _ alternator
Máy phát điện xoay chiều

옴 _ ohm(Ω)
Ôm (đơn vị đo điện trở)

옴의 법칙 _ ohm's low
Định luật ôm

옵셋 _ offset
Độ lệch thường (độ lệch giữa giá trị đặt định)

옵셋 렌치 _ offset wrench
Cờ Lê 2 đầu tròn offset

옵셋 렌치 _ offset wrench
Cờ Lê hai đầu tròng, cờ Lê hai đầu miệng kín

옵셋·스패너 렌치 _ combination spanner
Cờ Lê một đầu trường một đầu miệng hở, Cờ lê 1 đầu tròng 1 đầu dẹt

와셔 _ washer
Vòng đệm kim loại, lòng đen

와이어 _ wire
Dây điện

아

와이퍼 _ wiper
Gạt mưa, gạt nước

와이퍼 모터 _ wiper motor
Động cơ gạt mưa, mô- tơ gạt mưa

와이퍼 블레이드 _ wiper blade
Lưỡi gạt mưa, lưỡi gạt nước

와이퍼 암 _ wiper arm
Cần gạt mưa, cần gạt nước

와인드 ② _ wind
Cửa sổ

와일드 _ wild
Rộng

와트 _ watt(W)
Oát, watt (W) (+ đơn vị đo công suất)

와트시 _ watt hour(Wh)
Oát- giờ (Wh)

왁스 _ wax
Wax (sáp) bóng xe

완충(하다) _ buffer
Giảm chấn, giảm sóc

완화 _ relaxation
Làm dịu, giảm bớt

왕복(하다) _ go and return
Khứ hồi(cả đi lẫn về) qua lại

왜곡되다 _ be distorted
Bị cong, bị vẹo, bị xoắn

외경 _ outside diameter(OD)
Đường kính ngoài

외주 _ outer circumference
Ngoại vi, chu vi

왼나사 _ left-hand screw
Ren trái

요구(하다) _ request
Yêu cầu

요소 _ element
Nhân tố, yếu tố

요소 _ urea
Ure (nước tiểu)

용기 _ container
Đồ đựng

용도 _ use
Tác dụng, công dụng

아

용량 _ capacity
Dung lượng

용매 _ solvent
Dung môi

용수철 _ spring
Lò xo

용액 _ solution
Dung dịch

용적 _ volume
Dung tích, thể tích

용접(하다) _ weld
Hàn, mối hàn

용접봉 _ welding rod
Que Hàn

용접접합 _ welded joint
Mối nối Hàn

우력 _ couple of force
Ngẫu lực

우묵한 곳 _ dent
Lõm

운동(하다) _ exercise
Vận động, sự vận động

운동에너지 _ kinetic energy
Động năng

운모 _ mica
Mica

운수 _ transport
Vận tải

운전(하다) _ drive
Lái xe, sự vận hành(máy móc)

운전사 _ driver
Người lái xe

움직이게 하다 _ alter
Làm chuyển động, vận hành, dẫn động

움직이기 시작(하다) _ start
Mở máy, bắt đầu khởi động

움직이다 _ move
Chuyển động, di chuyển

웃돌다 _ exceed
Vượt quá

워셔 _ washer
Vòng lót, vòng đệm

워시(wash) _ wash
Xói rửa, rửa

워크숍 _ workshop
Xưởng, phân xưởng, nhà xưởng

워터 재킷 _ water jacket
Áo nước, áo nước làm mát

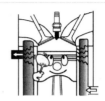

워터 펌프 _ water pump
Bơm nước làm mát

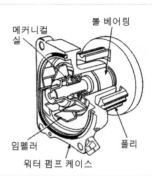

워터 _ water
Nước

원 _ circle
Vòng tròn

원기둥형 _ cylindrical shape
Hình trụ tròn

원동기 _ motor
Động cơ (điện, thủy lực)

원리 _ principle
Nguyên lí, nguyên tắc

원반 _ disk
Hình đĩa, đĩa

원뿔꼴 스프링 _ conical spring
Lò xo hình nón

원소기호 _ elemental symbol
Kí hiệu nguyên tố

원심력 _ centrifugal force
Lực ly tâm, ly tâm

원인 _ cause
Nguyên nhân

원추 _ cone
Hình nón

원추형 _ conical shape
Hình nón

원통 _ cylinder
Hình trụ tròn, ống lót xi- lanh, xi lanh

원형 _ original form
Hình thức, hình dáng ban đầu

웜 샤프트 _ warm shaft
Trục vít

아

165

웨지 _ wedge
Hình nêm

웨지 구 _ wedge bulb
Bóng đèn hình nêm

웨트 _ wet
Ướt, ẩm

위치 _ location
Vị trí

위험 _ risk
Nguy hiểm, rủi ro

윈도우 _ window
Cửa sổ

윈드 ① _ wind
Gió

윈드 글라스 _ wind glass
Kính cửa sổ

윈드 실드 글라스 _ wind shield glass
Kính chắn gió

윙커 _ winker
Đèn xi nhan

유각봉 스패너 _ hexagon stick spanner
Cờ Lê Lục giác, cờ Lê sáu góc trong (+ sử dụng để khoá bu lông)

유격 _ play
Hành trình tự do(của bàn đạp), độ rơ ban đầu

유니버설 _ universal
Vạn năng

유니버설 조인트 _ universal joint
Khớp các đăng, đầu nối đa chiều

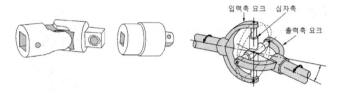

유니버설 커플링 _ universal coupling
Sự truyền nối các đăng có thể thay đổi góc truyền lực

유도(하다) _ guide
Sự dẫn dắt, sự chỉ dẫn

유독 _ toxic
Sự có độc

유동점 _ pour point
Điểm lưu động, điểm lưu chảy

유량 _ flow rate
Lưu lượng

유리 _ glass
Kính

아

유산 _ sulfuric acid
Axit sulfuric (sulfate)

유산염 _ sulfate
Muối axit sulfuric

유성 _ planet
Hành tinh

유성기어 _ planetary gear
Bộ truyền bánh răng hành tinh

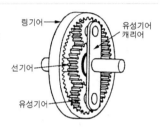

유압 _ hydraulic pressure
Thủy lực, dầu thủy lực

유압식 브레이크 _ hydraulic brake
Phanh dầu, phanh thủy lực

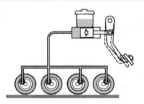

유압식 _ hydraulic pressure type
Loại thủy lực, loại dầu thủy lực

유지(하다) _ hold
Duy trì

유체 _ fluid
Thể lỏng, chất lỏng

유황(S) _ sulfur
Lưu huỳnh(S)

육각 너트 _ hexagon nut
Đai ốc lục giác

육각 렌치 _ hexagon wrench
Cờ Lê lục giác, cờ Lê 6 góc trong (+ sử dụng để khoá bu lông)

육각 볼트 _ hexagon bolt
Bu lông lục góc

육각 너트 →
육각 볼트 →

육각구멍 볼트 _ hexagon socket head bolt
Đai ốc sáu góc trong

윤활(하다) _ lubricate
Bôi trơn

윤활유 _ lubricant
Dầu nhờn, dầu bôi trơn

윤활장치 _ lubrication device
Hệ thống bôi trơn

윤활제공급 _ greasing
Thoa mỡ, bôi mỡ

은 _ silver(Ag)
Bạc (Ag)

음각형(凹형) _ concave shape
Lõm, hình lõm

음극 _ negative pole
Cực âm

음극판 _ negative plate
Bàn cực âm

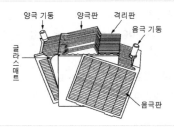

응력 _ stress
Ứng suất, ứng lực, trợ lực

응용(하다) _ apply
Ứng dụng

이그니션 _ ignition
Đánh lửa

이그니션 스위치 _ ignition switch
Công tắc đánh lửa, công tắc nguồn, công tắc máy

이그니션 코일 _ ignition coil
Biến áp đánh lửa, môbin

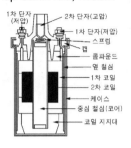
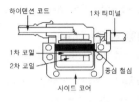

이그니션 키 _ ignition key
Khoá điện, khoá điện nguồn

이그니션 플러그 _ ignition plug
Bugi đánh lửa

이너 _ inner
Nội bộ, phía trong

이동 촬영용 대차 _ dolly
Đe

이동(하다) _ move
Sự di chuyển, sự di động

이륜 _ two wheel
2 bánh xe

이산화납 _ lead dioxide
Đioxit (PbO_2)

이산화탄소 _ carbon dioxide(CO_2)
Khí cacbonic (CO_2)

이상 _ disorder
Không bình thường

이상한 냄새 _ smell
Mùi bất thường, mùi lạ

이어지다 _ to be connected
Kết nối, liên kết, nối

이온 _ ion
Ion(i- ông)

이용(하다) _ utilize
Lợi dụng

이용하다 _ use
Áp dụng, sử dụng, dùng

이음 _ noise
Tiếng kêu lạ, tiếng kêu thất thường, tiếng ồn bất thường

익센트릭 샤프트 _ eccentric shaft
Trục lệnh tâm

인터미디에이트 하우징
로터 하우징
로터
프런트 하우징
스테이셔너리 기어
스파크 플러그
익센트릭 샤프트

익스테리어 _ exterior
Ngoại thất

익스텐션 바 _ extension bar
Thanh nối, tay nối

익스팬션 밸브 _ expansion valve
Van giãn nở, van tiết lưu

인 _ in
Bên trong, phía trong, ở trong, nội bộ

인덕션 _ induction
Cảm ứng

인덕터 _ inductor
Cuộn dây cảm ứng, cuộn cảm

인덕턴스 _ inductance
Điện cảm, hệ số tự cảm

인덱스 _ index
Mục lục

인디케이터 _ indicator
Chỉ báo, cảnh báo

인렛 _ inlet
Nạp vào

인렛 밸브 _ inlet valve
Xu-páp nạp, xu-páp hút

아

인렛 포트 _ inlet port
Cửa vào, lỗ nạp

인버터 _ inverter
Máy biến đổi điện DC/AC và điều chỉnh điện lực

인스트루먼트 패널 _ instrument panel
Bảng điều khiển, bảng táp lô

인젝션 _ injection
Sự phun nhiên liệu

인젝션 노즐 _ injection nozzle
Vòi phun nhiên liệu

인젝션 파이프 _ injection pipe
Đường nhiên liệu cao áp, ống nhiên liệu cao áp

인젝션 펌프 _ injection pump
Bơm cao áp

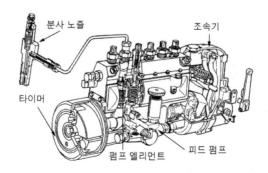

인젝터 _ injector
Vòi phun, kim phun

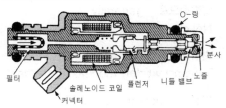

인치 _ inch
Inch(in-서: +đơn vị đo chiều dài)

인터 _ inter
Phía trong

인터널 기어 _ internal gear
Bánh răng bao của bộ truyền
bánh răng hành tinh

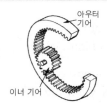

인테리어 _ interior
Nội thất ô tô

인풋 _ input
Đầu vào

일그러짐 _ strain
Biến dạng, ứng biến, sai lệch hình dạng

일단정지(하다) _ temporarily suspend
Xe dừng tạm thời, tạm dừng

175

일반적으로 _ generally
Nói chung

일자 드라이버 _ minus driver
Tuốc nơ vít dẹt, tuốc nơ vít hai cạnh

일정 _ constant
Cố định, xác định, ổn định

읽기 _ reading
Việc đọc, trị số, giá trị đọc

읽다 _ read
Đọc

임무 _ duty
Trách nhiệm, vai trò, chức năng, nhiệm vụ

임의 _ arbitrary
Sự tuỳ ý, sự tuỳ nghi

임팩트 렌치 _ impact wrench
Cờ Lê tác động không khí, cờ Lê tác đông điện

구동 레버

임팩트 축

사이드 핸들

공기 호스 접속구

임펠러 _ impeller
Cánh quạt

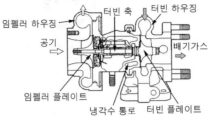

임펠러 하우징　터빈 축　터빈 하우징
공기　　배기가스
임펠러 플레이트
냉각수 통로　터빈 플레이트

임펠러 블레이드 _ impeller blade
Cánh bơm

임펠러 블레이드

디퓨저
컴프레서 임펠러
인렛

입력 축 _ input shaft
Trục đầu vào

입방 _ cube
Lập phương

입방미터 _ cubic meter(m³)
Mét khối

잇다 _ succeed
Buộc vào, thắt

Ja

모빌리티 용어 대조 핸드북

자갈 _ gravel
Sỏi

자기 _ magnetism
Từ tính, sức hút của nam châm

자기착화 _ self-ignition
Sự tự bốc cháy

자동 _ automatic
Tự động, tự hành

자동차 보험 _ automobile insurance
Bảo hiểm ô tô

자동차 정비사 _ automobile technician
Nhân viên kĩ thuật xe ô tô, kỹ thuật viên

자동차 _ car
Xe ô tô 4 bánh

자동차 _ automobile
Xe ô tô, xe gắn máy

자석 _ magnet
Từ thạch, đán, nam châm

자속 _ magnetic flux
Từ thông, thông lượng từ trường

작동(하다) _ operate
Sự tác động, thao tác, dẫn động

작업(하다) _ work on
Công việc

작용 _ function
Chức năng

작용(하다) _ militate
Tác dụng

잠기다 _ dive
Lặn

장기간 _ long term
Một thời gian dài

장치 _ device
Thiết bị, bộ phận

재료 _ material
Nguyên liệu, vật liệu

재질 _ material
Vật liệu

자

잭 _ jack
Kích nâng xe ô tô

잭 업 _ jack up
Nâng xe bằng kích

저널 _ journal
Cổ trục

저속 _ low speed
Bánh răng số thấp

저압 _ low pressure
Áp suất thấp

저장하다 _ store
Dành dụm

저전압 _ low voltage
Điện thế thấp

저지(하다) _ deter
Ngăn chặn, cản trở

저하(하다) _ decrease
Giảm, kém đi, từ chối

저항 _ resistance
Cản trở, cản điện, điện trở, sức cản

적색 _ red
Màu đỏ

적재능력 _ loading capacity
Khả năng chịu tải

적재력 _ loading capacity
Sức chịu tải

적정 _ proper
Hợp lí ,thích hợp

적정온도 _ appropriate temperature
Nhiệt độ tốt

전구 _ light bulb
Bóng đèn

전기 _ electricity
Điện, đèn điện

전기모터 _ electric motor
Động cơ điện, mô tơ

전기식 _ electric type
Bằng điện

전기용접기 _ electric welder
Máy Hàn điện

자

전기자동차 _ electric vehicle
Ô tô chạy điện

전기장치 _ electrical equipment
Thiết bị điện

전기장치 _ electric system
Thiết bị điện

전기저항 _ electric resistance
Điện trở

전기코드 _ electric code
Dây điện

전기회로 _ electric circuit
Mạch điện

전달(하다) _ transmit
Truyền, truyền dẫn

전달되다 _ to be transmitted
Được truyền đạt

전달하다 _ communicate
Truyền đạt

전도 _ conduction
Dẫn

전동 _ electric drive
Điện động

전동(기계적 동력전달) _ transmission
Truyền động, dẫn động

전동기 _ electric motor
Máy điện, động cơ điện, mô- tơ

전력 _ electric power
Điện lực, điện năng

전류 _ electric current
Dòng điện, điện lưu

전방 _ forward
Phía trước

전복(되다) _ capsize
Lật úp, lật đổ

전성 _ malleability
Tự dễ uốn, tính dễ dát móng

전압 _ voltage
Điện áp, điện thế

자

전자 _ electron
Điện tử

전자장치전류 _ electronic device
Thiết bị điện tử

전장 _ full length
Chiều dài

전지 _ battery
Pin, ắc quy

전착도장 _ electrodeposition coating
Sơn tĩnh điện

전체 _ whole
Toàn thể

전폭 _ full width
Chiều rộng

전하 _ charge
Điện tích

전해 _ electrolysis
Điện phân

전해액 _ electrolyte
Dung dịch điện phân

전해질 _ electrolyte
Chất điện phân

전후 _ before and after
Đầu cuối, trước sau

절단(하다) _ disconnect
Cắt rời, phân đoạn

절연(하다) _ insulate
Sự cô lập, sự cách li, sự cách điện

절연체 _ insulator
Chất cách điện

점검(하다) _ check
Kiểm tra, kiểm điểm

점도 _ viscosity
Độ kết dính, bám dính,độ nhớt

점멸(하다) _ blink
Sự tắt bật, sự nhấp nháy

점성 _ viscosity
Tính kết dính, nhớt

점화(하다) _ ignite
Đánh lửa

자

점화장치 _ ignition system
Hệ thống đánh lửa

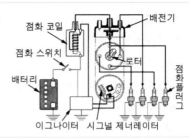

점화 코일
점화 스위치
배터리
배전기
로터
점화플러그
이그나이터 시그널 제너레이터

점화플러그 _ ignition plug
Bu-gi

접동(하다) _ slide
Chuyển động trượt

접속(하다) _ touch
Kết nối

접지(하다) _ ground
Sự nối đất, tiếp đất

접촉(하다) _ connect
Sự tiếp xúc

접합(하다) _ join
Mối nối

정기점검 _ periodic inspection
Kiểm tra định kì

정령 _ cabinet order
Chỉnh lệnh, điều lệnh hành chính

정류(하다) _ rectify
Chỉnh lưu

정류기 _ rectifier
Bộ chỉnh lưu, bộ nắn dòng

정면 _ front
Mặt tiền, mặt chính diện

정밀 _ precision
Sự chính xác, sự chi tiết

정밀도 _ precision
Độ chính xác

정반 _ surface plate
Bàn rà chuẩn

정비(하다) _ service
Bảo dưỡng, bảo trì

정비례 _ direct proportion
Tỷ lệ thuận

정비사 _ mechanic
Nhân viên kĩ thuật, thợ cơ khí

정사각형 _ square
Hình chính phương

정상 _ normal
Bình thường, chính xác

자

정지(하다) _ discontinue
Đình chỉ, dừng lại

정지(하다) _ stop
Dừng lại

정지등 _ brake light
Đèn phanh

정화 _ purification
Sự làm sạch

정확 _ accurate
Rõ ràng, chính xác

젖다 _ get wet
Bị ướt

제거(하다) _ remove
Cất dọn, trừ bỏ

제곱 _ square
Bình phương

제곱(하다) _ square
Bình phương

제너 다이오드 _ zener diode
Đi- ốt zener, diode zener, diode ổn áp

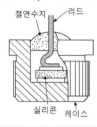
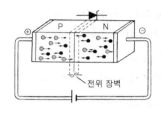

제너레이터 _ generator
Máy phát điện

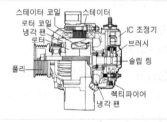

제도 _ system
Chế độ, điều khoản, quy chế

제동(하다) _ brake
Phanh, hãm phanh

제동력 _ braking force
Lực phanh

제습 _ dehumidification
Sự hong khô

제어(하다) _ control
Điều khiển, kiểm soát

자

제원 _ specification
Thông số kĩ thuật, đặc tính kĩ thuật

제조(하다) _ manufacture
Chế tạo, sản xuất

조금 _ little
Chỉ một ít, một lượng nhỏ

조립 _ assembly
Gép, lắp ráp

조립공 _ assembler
Thợ lắp ráp(kích kéo)

조립공정 _ assembly process
Quá trình lắp ráp, quy trình lắp ráp

조명 _ illumination
Ánh sáng, sự chiếu sáng

조명밝기를 조절(하다) _ cemented carbide
Điều chỉnh ánh đèn

조색(하다) _ toning
Phối màu, trộn màu, pha màu

조성 _ composition
Cấu tạo, kết cấu, cấu thành

조수 _ assistant
Người hỗ trợ, trợ lí

조이다(너트를 ~) _ tighten
Siết (bu lông)

조인트 _ joint
Chỗ nối, đầu nối, khớp nối, mối nối

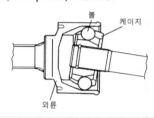

조작(하다) _ manipulate
Thao tác, điều khiển

조절 나사 _ adjustable screw
Đai ốc điều chỉnh, vít điều chỉnh

조절 너트 _ adjustable nut
Đai ốc điều chỉnh

조절 렌치 _ adjustable wrench
Mỏ lết

조절 스프링 _ adjustable spring
Lò xo điều chỉnh

조절(하다) _ regulate
Điều tiết

자

조정(하다) _ adjust
Điều chỉnh

조종(하다) _ steer
Việc điều hành, điều khiển

조직 _ organization
Cơ cấu

조합 _ combination
Tổ hợp, kết hợp

조합형 오일 링 _ combination oil ring
Xéc- măng dầu tổ hợp, xéc- măng dầu kết hợp

조향 _ steering
Hệ thống dẫn hướng, hệ thống lái

조향(하다) _ steer
Dẫn hướng

조향장치 _ steering mechanism
Hệ thống lái

시프트 레버   스티어링 휠
리저버
스티어링 컬럼 커버
스티어링 미디에이터 샤프트
오일 펌프
스티어링 기어박스

종류 _ type
Loại, chủng loại

종합 _ synthesis
Tổng hợp

좋고 나쁨 _ good or bad
Tốt hay xấu

좌석 _ seat
Ghế, chỗ ngồi

좌우 _ left and right
Phải trái, bên phải và bên trái

좌표 _ coordinate
Tọa độ

주기 _ period
Chu kì

주동(하다) _ lead
Chủ động

주석 _ tin
Thiếc

주위 _ circumstance
Chu vi

주유소 _ gasoline stand
Trạm xăng

자

주조(하다) _ cast
Đúc

주차 구역 _ parking zone
Ố dừng xe, số P

주차 브레이크 _ parking brake
Phanh tay, phanh đỗ

주차 _ parking
Đỗ xe, đậu xe

주차(하다) _ park
Đỗ xe

주철 _ cast iron
Gang, đúc thép

주행(하다) _ travel
Chạy bộ

주행장치 _ traveling device
Hệ thống đi chuyển

주황색 _ orange
Màu da cam

줄 _ joule(J)
Jun, joule (J) (+ đơn vị đo nhiệt lượng/ công)

줄 _ file
Cái giũa (+ sử dụng để màu bề mặt của vật)

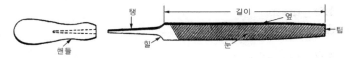

중고 _ used
Đồ cũ, đồ secon– hand

중공 _ hollow
Chỗ lõm, lỗ hổng, không trung

중량 _ weight
Trọng lượng, sức nặng

중력 _ gravity
Trọng lượng, lực hấp dẫn

중립 _ neutral
Số mo (số N)

중심 _ center
Trung tâm

중유 _ heavy oil
Dầu nặng

중형 _ midium size
Kích thước trung bình

자

쥐다 _ hold
Cầm, mang

쥐다 _ grasp
Cầm, nắm

즉각 _ immediately
Ngay lập tức

즉결(하다) _ make a quick decision
Quyết định ngay tức khắc

증가(하다) _ increase
Gia tăng

증기 _ steam
Hơi, hơi bốc

증대(하다) _ grow
Sự mở rộng, tăng thêm

증발기 _ evaporator
Bộ hoá hơi, thiết bị hoá hơi

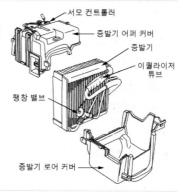

서모 컨트롤러

증발기 어퍼 커버

증발기

이퀄라이저 튜브

팽창 밸브

증발기 로어 커버

증속(하다) _ speed up
Gia tốc, tăng tốc

증압(하다) _ increase pressure
Gia tăng áp lực

증폭(하다) _ amplify
Khuyến đại, mở rộng

지나치다 _ pass
Lệch ngang qua

지레 _ lever
Đòn bẩy, tay đòn

지수 _ index
Chỉ số

지시(하다) _ instruct
Chỉ thị, chỉ dẫn

지시서 _ instruction
bản chỉ thị

지정(하다) _ designate
Chỉ định

지지(하다) _ support
Sự chống đỡ

지침 _ guideline
Que, kim (chỉ trên đồng hồ đo)

자

지탱하다 _ support
Chống đỡ, nâng đỡ

직각 _ right angle
Góc vuông

직경 _ diameter
Đường kính

직렬 _ series
Một dãy, loạt

직류 _ direct current(DC)
Dòng điện một chiều

직선 _ straight line
Đường thẳng

직선 자 _ straight edge
Thước thẳng chuẩn

직접 _ directly
TRực tiếp

직진(하다) _ go straight
Tiến thẳng, ngay

진공 센서 _ vacuum sensor
Cảm biến áp suất đương ống nạp (cảm biến chân không)

진공 _ vacuum
Chân không

진공식 제동 배력장치 _ vacuum braking booster
Bầu trợ lực chân không của hệ thống phanh

진단 코드 _ diagnostic code
Mã chuẩn đoán

진단(하다) _ diagnose
Chuẩn đoán

진동(하다) _ vibrate
Rung động, giao động

진행(하다) _ proceed
Tiến hành, tiến triển

질량 _ mass
Khối lượng

질소 _ nitrogen(N)
Ni tơ (N)

자

질소산화물(NOx) _ nitrogen oxide(NOx)
Khí nito oxit (NOx)

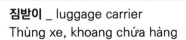

짐받이 _ luggage carrier
Thùng xe, khoang chứa hàng

짐칸 _ luggage room
Thùng xe, khoang hành lý

집적회로 _ integrated circuit(IC)
Vi mạch, vi mạch tích hợp, mạch tích hợp (integrated circuit)

쪽 _ side
Phía, bề, bên

찌그러지다 _ to be crushed
Bị bẹp, bị phá, bị huỷ

찍다 / 마찰하다 _ rub
Chà xát, cọ xát

Cha

모빌리티 용어 대조 핸드북

차고 _ garage
Ga-ra (nhà xe)

차고 높이를 조절(하다) _ adjust the height
Điều chỉnh cao

차고 잭 _ garage jack
Kích nâng xe ô tô

차단(하다) _ cut off
Sự cắt đứt

차동 _ differential
Vi sai, bộ vi sai

차량 _ vehicle
Xe ô tô, xe hơi

차량검사 _ vehicle inspection
Kiểm tra xe, kiểm định xe, đăng kiểm xe

차바퀴 _ wheel
Bánh xe

차

차속 _ vehicle speed
Tốc độ xe

차일드 시트 _ child seat
Ghế dành cho trẻ em

차종 _ vehicle type
Loại xe

차지 _ charge
Nạp điện, sạc điện

차지하다 _ occupy
Chiếm, bao gồm

차체 _ vehicle body
Thân xe

차체정비 _ vehicle body repair
Sửa chữa thân vỏ

차축 현가식 서스펜션 _ axle suspension
Hệ thống treo phụ thuộc

차축 _ axle
Trục bánh xe, bán trục, láp, ngõng trục

차틀 _ car frame
Khung xe, khung gầm xe

착화 _ ignition
Cháy, bật lửa

채용(하다) _ adopt
Sự áp dụng, dùng, tuyển

채우다 _ fill
Sự đầy, đầy đủ, sự thoả mãn

처리(하다) _ process
Xử lí, giải quyết

천공 _ perforation
Lỗ khoan

철 _ iron(Fe)
Sắt (Fe)

철강 _ steel
Gang thép

철사 _ wire
Sợi thép

첨가(하다) _ add
Thêm vào, ngoài ra

청구(하다) _ charge
Yêu cầu

청구서 _ bill
Hoá đơn

청소(하다) _ clean up
Dọn dẹp, làm sạch, sạch sẽ

차

체인 _ chain
Xích, xích xe, dây xích

사일런트 체인　　　롤러 체인

체인지 _ change
Sự thay đổi

체임버 _ chamber
Buồng, ngăn, khoang, nộp

체적 _ volume
Thể tích

체크 _ check
Kiểm tra, soát

초경합금 _ suspend
Siêu cứng

초대하다 _ invite
Gây ra, dẫn đến

초음파 _ ultrasonic wave
Sóng siêu âm

촉매 _ catalyzer
Chất xúc tác

촉매작용 _ catalysis
Tác dụng xúc tác

최고 _ best
Cao nhất

최대 _ maximum
Lớn nhất, to nhất

최소 _ minimum
Nhỏ nhất, ít nhất

최저 _ lowest
Nhỏ nhất tối thiểu

최적 _ optimum
Sự thích hợp nhất

최종 _ last
Cuối cùng

추가되다 _ to be added to
Thêm vào, gia tăng

추가하다 _ add
Làm tăng, cho thêm vào

추진(하다) _ propel
Thúc đẩy, đẩy đi

추출(하다) _ extract
Triết xuất

축 _ axis
Trục, trục quay

차

출력 축 _ output shaft
Trục đầu ra

출력(하다) _ output
Đầu ra, năng lượng xuất ra, xuất lực

출발(하다) _ start
Bắt đầu, xuất phát, khởi động

출발(하다) _ start
Khởi hành, xuất phát

충격 _ shock
Sự sốc, chấn động, tác động

충격력 _ impact force
Lực kích thích, lực tác động

충돌(하다) _ collide
Xung khắc, xung đột, va chạm

충전(하다) _ charge
Nạp điện, tích điện, sạc điện

충진 _ filling
Làm đầy

취하다 _ take
Lấy

측면 _ side
Mặt bên, một mặt, một bên

측정(하다) _ measure
Đo lường, đo kích thước

측정값 _ measured value
Trị số đo lường

측정기 _ measuring instrument
Dụng cụ đo kích thước

측정하다, 가늠하다 _ measure / measure
Đo, cân

치수 _ size
Kích thước, kích cỡ, số đo

칠하다 _ apply
Sơn, bôi, thoa

침투(하다) _ penetrate
Sự thấm qua

차

Ka

모빌리티 용어 대조 핸드북

카본 스틸 _ carbon steel
Thép than, thép các- bon

카본 파이버 _ carbon fiber
Sợi các- bon

카본 _ carbon
Cacbon

카뷰레터 _ carburetor
Bộ chế hoà khí

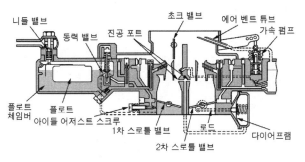

카운터 ① _ counter
Phía đối diện

카운터 ② _ counter
Đếm

카운터 샤프트 _ counter shaft
Trục trung gian của hộp số

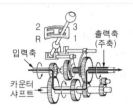

카운터마크 _ countermark
Chỗ đánh dấu để khớp chính xác vị trí của 2 linh kiện

카커스 _ carcass
Các lớp cấu tạo vỏ xe

카탈로그 _ catalogue
Catalo

칸델라(cd) _ candela
Candela (+ đơn vị)

칼로리 _ calorie
Lượng calo (cal)

캐리어 _ carrier
Xe đẩy, xe đẩy dụng cụ

카

캐스터 _ caster
Góc (độ) nghiêng dọc của trục xoay đứng bánh xe dẫn hướng (góc caster)

캐스터 스틸 _ caster steel
Thép đúc

캘리퍼 _ caliper
Giá đỡ, càng phanh

브레이크 패드

디스크 로터 　 캘리퍼

캘리퍼 게이지 _ caliper gauge
Thước đo Caliper (+ đo kích thước rảnh ở bên trong cửa vật)

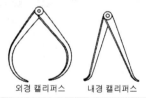

외경 캘리퍼스 　 내경 캘리퍼스

캠 _ cam
Cam

접선 캠　원호 캠　편심 캠　비례 캠

캠 리프트 _ cam lift
Độ nâng trục cam

캠 스프로킷 _ cam sprocket
Đĩa xích trục cam

캠 커버 _ cam cover
Nắp đậy trục cam(camshaft cover), vấu cam (cam lug)

캠각 센서 _ cam angle sensor
Cảm biến vị trí trục cam

캠버 _ camber
Góc (độ) nghiêng ngang cửa bánh treo phương thẳng đứng (góc camber)

캠샤프트 _ camshaft
Trục cam

캠샤프트 기어 _ camshaft gear
Bánh răng trục cam (to driver: chains, belt···)

캠샤프트 타이밍 기어 _ camshaft timing gear
Bánh răng thời điểm trục cam (for sensor)

캡 _ cap
Nắp chụp, nắp đậy

커넥팅 로드 _ connecting rod
Thanh nối, thanh truyền

커버 _ cover
Nắp đậy, vỏ bọc ngoài

커브 _ curve
Đường cong

커튼 실드 에어백 _ curtain shield airbag
Tấm chắn túi khí an toàn

카

커팅 플라이어 _ cutting plier
Kìm điện

커플러 _ coupler
Đầu nối

커플링 _ coupling
Khớp nối

컨버터 _ converter
Máy đổi điện

컨테이너 _ container
Thùng chứa, container

컨트롤 _ control
Điều khiển, kiểm soát

컨트롤 레버 _ control lever
Cần điều khiển, tay điều khiển

컨트롤 암 _ control arm
Cần điều khiển, tay điều khiển

어퍼 암

로어 암

컴파운드 _ compound
Hợp chất

컴프레서 _ compressor
Máy nén khí (compressor)

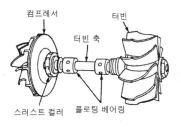

컴프레서 터빈
터빈 축
스러스트 컬러 플로팅 베어링

전동기 압력 스위치
전자 스위치
공기 탱크
바퀴
압력계 안전 밸브

컵 _ cup
Cúp– pen

케이블 _ cable
Dây cáp

케이스 _ case
Cái hộp, thùng

터미널 벤트 플러그 셀 커넥터
포스트 커버 스트랩
케이스
극판
브리지 세디먼트 체임버
세퍼레이터

카

켈빈 _ kelvin(K)
Kevin, kelvin (k) (+ đơn vị đo nhiệt độ)

코그 벨트 _ cog belt
Đai răng cưa

코너 _ corner
Góc

코드 _ cord
Dây điện

코드 _ code
Mã số, mã cốt

코스트 _ cost
Giá thành

코어 _ core
Lõi bên trong

코일 _ coil
Cuộn dây, ruột gà

코일 스프링 방식 클러치 _ coil spring clutch
Ly hợp dùng lò xo trụ

코일 스프링 _ coil spring
Lì xì xoắn

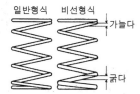

코크 _ cock
Vòi nước

코팅 _ coating
Sự mạ kim loại

콘 _ cone
Hình nón, hình côn

콘덴서 _ condenser
Bộ ngưng tụ

콘센트 _ socket
Lỗ cắm điện, lỗ thoát

콤비네이션 스패너 _ combination spanner
Cờ lê 1 đầu tròng một đầu miệng hở(dẹt)

콤비네이션 플라이어 _ combination plier
Cái kim bấm

쿠션 _ cushion
Cái đệm, cái nệm

쿠션재료 _ cushion material
Miếng đệm

쿠페 _ coupe
Xe ô tô 2 cửa kéo ngang

쿨러 _ cooler
Máy lạnh

쿨런트 _ coolant
Chất làm nguội, chất làm mát

카

쿨롬 _ coulomb(C)
Cu lông(C) (+ đơn vị đo điện tích)

크랭크 암 _ crank arm
Tay đòn trục khuỷu, tay quay

크랭크 저널 _ crank journal
Cổ chính, cổ trục chính, trục khuỷu

크랭크 풀리 _ crank pully
Pu-ly trục khuỷu

크랭크 핀 _ crank pin
Chốt khuỷu, cổ biên, cổ tay quay, cổ thanh truyền

크랭크각 센서 _ crank angle sensor
Cảm biến vị trí trục khuỷu, cảm biến trục cơ, cảm biến góc quay trục khuỷu

크랭크샤프트 타이밍 기어 _ crankshaft timing gear
Bánh răng thời điểm trục khuỷu (bánh for sensor)

크랭크샤프트 _ crankshaft
Trục khuỷu, trục cơ

크레인 _ crane
Cần cẩu, máy cẩu

크레인 차 _ truck crane
Ô rời cẩn cẩu

크로스 _ cross
Hình chữ thập, ngang

크로스 멤버 _ cross member
Tháng ngang khung xe, dầm ngang khung xe

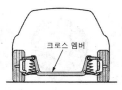

크로스 멤버

크로스빔 _ crossbeam
Thanh ngang khung xe, dầm ngang khung xe

크롬 스틸 _ chrome steel
Thép crom

크세논 라이트 _ xenon light
Đèn xenon

카

클러치 _ clutch
Bộ li hợp

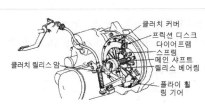

클러치 커버
프릭션 디스크
다이어프램
스프링
메인 샤프트
릴리스 베어링
클러치 릴리스 암
플라이 휠
링 기어

클러치 디스크 _ clutch disk
Đĩa li hợp, đĩa ma sát của li hợp

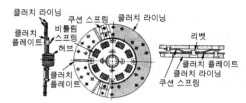

클러치 커버 _ clutch cover
Vỏ li hợp

(a) 다이어프램형   (b) 오번형   (c) 이너 레버형   (d) 아우터 레버형   (e) 세미센트리퓨걸형

클러치 페달 _ clutch pedal
Bàn đạp li hợp

클러치 페이싱 _ clutch facing
các tấm ma sát của đĩa ma sát (đĩa li hợp)

클리너 _ cleaner
Máy hút bụi, máy lọc

클리어런스 _ clearance
Chỗ hở, khe hở

키 방식 싱크로메시 기구 _ key-type synchromesh mechanism
Cơ cấu đồng tốc kiểu khoá hãm, bộ đồng tốc kiểu khoá hãm

키 _ key
Thìa khoá, then chốt

키 _ rudder
Tay lái

킬로그램 _ kilogram(kg)
Kilogam (kg)

킬로리터 _ kiloliter(kl)
Kilolit (kl)

킬로미터 _ kilometer(km)
Kilomet (km)

킬로볼트 _ kilovolt(kv)
Kilovon (kv)

킬로와트 _ kilowatt(kw)
Kilooat (kw)

킬로와트시 _ kilowatt per hour(kw/h)
Kw/h

킬로칼로리 _ kilocalorie(kcal)
Kilocalo(kcal)

카

킹 핀 경사각 _ king pin inclination angle

Góc (độ) nghiêng ngang của trục xoay đứng bánh xe dẫn hướng (góc king- pin)

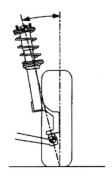

Ta

타다 _ ride
Lên (tàu, xe)

타력 _ inertia
Lực quán tính

타성 _ inertia
Quán tính

타원형 _ oval
Hình bầu dục

타이 로드 _ tie rod
Thanh kéo ngang

타이머 _ timer
Bộ hẹn giờ

타

타이밍 _ timing
Thời điểm

타이밍 벨트 _ timing belt
Dây coroa cam,dây đai cam

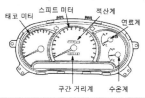

타이어 _ tire
Lốp xe, bánh xe

타이어 사이즈 _ tire size
Cỡ lốp

타임 _ time
Thời gian

타임 테이블 _ time table
Thời gian biểu

타코미터 _ tachometer
Đồng hồ tốc độ trục khuỷu, đồng hồ vòng tua

탄성 _ elasticity
Tính co giãn, đàn hồi, lực đàn hồi

탄소 _ carbon(C)
Các– bon (C)

탈착(하다) _ demount
Tháolắp

탈착하다 _ remove
Tháo ra

탑재(하다) _ mount
Sự trang bị

태우다 _ put on
Chất lên, đăng lên (báo)

태핏 _ tappet
Con đội xu páp

조정 스크루
고정 너트
태핏
가이드
부싱
핀
롤러

탱크 _ tank
Bình chứa

터널 _ tunnel
Hầm

타

터보차저 _ turbocharger
Bộ tăng áp, bộ tăng áp sử dụng động năng khí xả

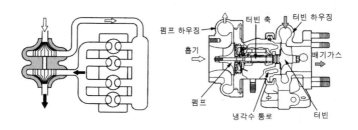

턴 시그널 램프 _ turn signal lamp
Đèn xi nhan, đèn báo rẽ

턴(하다) _ turn
Quay phía

테스터 _ tester
Dụng cụ thử, máy thử, thử nghiệm, thí nghiệm

테스트 _ test
Bài thi, bài kiểm tra

테스트 주행 _ test run
Chạy thử

테이퍼 _ taper
Hình nón, hình côn

테일 _ tail
Đuôi, đoạn cuối, đoạn chốt

테일 램프(미등) _ tail lamp
Đèn hậu

방향 지시등   브레이크 및 테일 램프

후진등

텐셔너 _ tensioner
Thiết bị kéo căng

텐션 _ tension
Sự kéo căng, sức căng

토 아웃 _ toe out
Độ doãng(toe- out) của bánh xe dẫn hướng (ngược với độ chụm toe- in)

토 인 _ toe in
Độ chụm của bánh xe trước

토션 _ torsion
Xoắn

토션 바 _ torsion bar
Thanh xoắn của hệ thống treo

토출 _ discharge
Phun ra, thở ra

타

토크 _ torque
Mô men xoắn

토크 렌치 _ torque wrench
Cờ Lê lực, cờ Lê cân lực

톤(t) _ ton(t)
Tấn (1.000kg)

톱 _ top
Đứng đầu, thứ nhất

톱니 _ serration
Hình răng cưa

톱니 수 _ number of gears
Số bánh răng

통과(하다) _ pass
Vượt qua, đi qua

통상 _ generally
Thông thường, bình thường

통전 _ energization
Thông điện

통풍구 _ ventilation hole
Lỗ thông gió

통하게 하다 _ pass
Cho qua, thông qua

통하다 _ pass
Đi ngang qua, chạy qua

투 리딩 슈 방식 _ two leading show
Phanh tang trống loại 2 mặt tựa tác dụng đơn (một loại phanh guốc loại bơi)

투 _ two
Hai, có hai cái

투명 _ transparence
Trong suốt

툴 _ tool
Dụng cụ, công cụ

튜브 _ tube
Vật hình ống, ống, săm xe

튜브리스 타이어 _ tubeless tire
Lốp không săm

라이너
비드
와이어
체퍼
림 밸브

트랙션 _ traction
Lực kéo, sức kéo (bánh xe chủ động)

타

트랙션 컨트롤 _ traction control
Kiểm soát lực kéo (traction control)

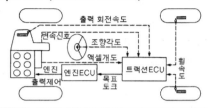

트랙터 _ tractor
Máy kéo

트랜스미션 _ transmission
Hộp số, hộp sang số, hộp tốc độ

트랜스미션 오일 _ transmission oil
Dầu hộp số

트랜스미션 플루이드 _ transmission fluid
Dầu hộp số

트랜스퍼 _ transfer
Hộp phân phối

트랜지스터 _ transistor
Transistor, tranzito

트러블 _ trouble
Lỗi

트럭 _ truck
Ô tô tải, xe tải

트렁크 _ trunk
Khoảng hành lí

트레드 ① (좌우 타이어 간 거리) _ tread
Hoa lốp, ta– lông (lốp xe)

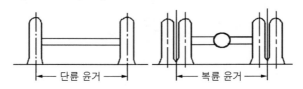

단륜 윤거   복륜 윤거

트레드 ② (타이어 접지면) _ tread
Khoảng cách giữa hai bánh xe

트레드 패턴 _ tread pattern
Mẫu gai mặt lốp

타

트레이 _ tray
Đĩa

트로코이드방식 오일 펌프 _ trochoid
Bơm dầu rô- to

특성 _ characteristic
Đặc trưng, đặc điểm, đặc tính

특수 _ special
Đặc biệt, đặc thù

특징 _ feature
Đặc trưng

틈새 게이지 _ thickness gauge
Thước lá, căn lá

틈새 _ gap
Chỗ hở, khe hở

Pa

모빌리티 용어 대조 핸드북

파괴되다 _ break
Bị hỏng

파괴하다 _ break down
Làm hỏng

파손(되다) _ break down
Sự phá hỏng, hư hại

파스칼 _ pascal(Pa)
Pascal (Pa) (+ đơn vị đo áp suất)

파악 _ grasp
Sự lĩnh hội, sự hiểu

파워 _ power
Động lực

파워 스티어링 _ power steering
Hệ thống lái có trợ lực, hệ thống trợ lực lái

파워 트레인 _ power train
Hệ thống truyền lực, hệ thống truyền động

파

파이널 _ final
Lần cuối, cuối cùng

파이널 기어 _ final gear
Bộ truyền lực cuối cùng, bộ truyền lực chính

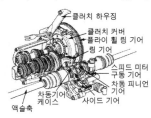 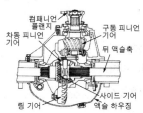

파이프 _ pipe
Ống dẫn, đường ống

파이프 렌치 _ pipe wrench
Cờ Lê ống, cờ Lê tuýp, khẩu

파츠 _ parts
Bộ phận, linh kiện, chi tiết, phụ tùng

파트 타임 4WD _ part time 4Wheel Drive
Xe dẫn động 4 bánh bán thời gian (4WD)

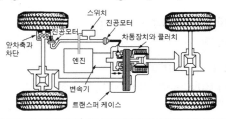

파형 _ waveform
Hình dấu ngã, hình sóng

판 _ plate
Tấm ván, ván

판금 _ sheet metal
Tấm kim loại

판단(하다) _ judge
Sự phán đoán

판매(하다) _ sell
Việc bán

판정(하다) _ judge
Sự phán đoán

패널 _ panel
Tấm ván

패드 _ pad
Miếng đệm lót

패러드(F) _ farad(F)
Fara, farad (F) (+ đơn vị đo điện năng/ điện dung)

패스트 _ fast
Nhanh

패이다 _ cave in
Bị lõm

파

패임 _ dent
Lõm

패킹 _ packing
Nén, đóng gói

팬 _ fan
Quạt gió (giảm nhiệt động cơ)

팬 _ pan
Chảo

팽배 _ bulge
Lồi lên, phình lên

팽창(하다) _ expand
Mở rộng, dãn nở

퍼센트 _ percent
Phần trăm

퍼스트 _ first
Bắt đầu, đầu tiên, thứ nhất

펀치 _ punch
Đục lỗ

펀칭 머신 _ punching machine
Máy đục lỗ

펄스 _ pulse
Xung

펄스 파형 _ pulse waveform
Dạng sóng xung

펌프 _ pump
Máy bơm, cái bơm, bơm

펌프 샤프트 _ pump shaft
Trục bơm

펑션 _ function
Chức năng

펑션 스위치 _ function switch
Công tắc chức năng

펑크 _ puncture
Lốp xe đạp

페달 _ pedal
Bàn đạp

페인트 _ paint
Sơn

페일 세이프 _ fail safe
Chế độ ăn toàn, chế độ dự phòng

펜더 _ fender
Tấm chắn, vật chắn, tấm cản(ba đờ sốc)

파

펜치 _ pincher
Cái kìm cắt thép

편도 렌치 _ single-ended wrench
Cờ Lê 1 đầu miệng mở, cờ Lê miệng hở, cờ Lê dẹt

편평률 _ aspect ratio
Tỷ lệ chiều cao/ chiều rộng lốp

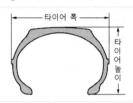

펼쳐지다 / 늘어나다 _ stretch / extend
Kéo dài ra, trưởng thành / Bị hoãn, bị kéo dài(thời gian)

펼치다 / 늘리다 _ stretch / extend
Làm thẳng ra, kéo dài ra, vươn / Hoãn, kéo dài (thời gian)

평균 _ average
Bình quân, trung bình

평기어 _ spur gear
Cặp bánh răng trụ răng thẳng

평면 _ plane
Mặt phẳng, mặt bằng

평방미터 _ square meter(m²)
Mét vuông

평판 _ flat plate
Tấm bảng phẳng

평행 _ parallel
Song song

평형 _ equilibrium
Sự cân bằng (bình hành)

포물선 _ parabola
Đường cong pa–ra–bôn

포뮬러 _ formula
Công thức

포인트 _ point
Điểm, mấu chốt

포장도로 _ pavement
Đường nhựa

포지션 _ position
Vị trí

포지션 캠버 _ position camber
Cmaber dương (positive camber)

포크 _ fork
Hình cái dĩa

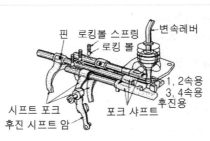

핀 로킹볼 스프링 변속레버
로킹 볼
1, 2속용
3, 4속용
후진용
시프트 포크 포크 샤프트
후진 시프트 암

포토 다이오드 _ photodiode
Đi- ốt quang, diode quang

포트 _ port
Lỗ thông khí, cửa ra hoặc cửa vào, lỗ xả hoặc lỗ nạp

포함되다 _ be included
Bao gồm, bao hàm

폭 _ breadth
Bề rộng, biên độ, chiều rộng, chiều ngang

폭발(하다) _ explode
Bộc phát, vụ nổ, kỳ nổ, kỳ cháy

표면 _ surface
Bề mặt, bề ngoài, mặt trên

표시 _ sign
Đánh dấu, dấu hiệu

표시(하다) _ indicate
Biểu thị, hiện thị

표시되다 / 나타나다 _ appear
Được biểu lộ, được thể hiện

표시하다 / 나타내다 _ indicate
Biểu lộ, thể hiện, xuất hiện

표준 _ standard
Tiêu chuẩn, hạn mức

표지 _ sign
Biển báo

푸시 _ push
Ấn

푸시 로드 _ push rod
Thanh đẩy, cần đẩy, đũa đẩy

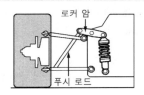

로커 암

푸시 로드

풀 _ full
Đẩy

풀 플랫 시트 _ full flat seat
Ghế ngồi có thể nằm nghỉ

풀리 _ pulley
Ròng rọc, pu ly, bánh đai

품질 _ quality
Phẩm chất, chất lượng

풋 _ foot
Chân

풋 브레이크 _ foot brake
Phanh chân

파

풋 페달 _ foot pedal
Bàn đạp

풍량 _ air flow
Lượng gió, lưu lượng gió

퓨즈 _ fuse
Cầu chì

하우징 퓨즈 단자

단자
(a) 플레이트형

(b) 글라스형

프런트 _ front
Phía trước, phía trên, phía đằng trước, tiền xe

프런트 글라스 _ front glass
Kính trước, kính chắn gió

프런트 시트 _ front seat
Ghế trước

프런트 실드 _ front shield
Tấm chắn phía trước

프런트 액슬 _ front axle
Cầu trước

프런트 윈드 실드 글라스 _ front wind shield glass
Kính chắn gió phía trước

프런트 휠 얼라인먼트 _ front wheel alignment
Căn chỉnh bánh xe dẫn hướng

프런트 휠 _ front wheel
Bánh xe phía trước

프레셔 _ pressure
Áp lực, sức ép, lực ép, ván ép

프레셔 레귤레이터 _ pressure regulator
Độ điều ép

프레셔 플레이트 _ pressure plate
Đĩa ép của ly hợp

프레스 _ press
Dập

프레임 _ frame
Khung xe, khung gầm xe

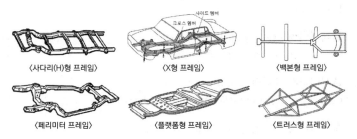

〈사다리(H)형 프레임〉   〈X형 프레임〉   〈백본형 프레임〉

〈페리미터 프레임〉   〈플랫폼형 프레임〉   〈트러스형 프레임〉

프레임 수정기 _ frame correction machine
Thiết bị kéo nắn khung xe

프로세스 _ process
Quá trình

파

프로펠러 _ propeller
Cánh quạt, các đăng, chong chóng

프로펠러샤프트 _ propeller shaft
Trục các– đăng, trục truyền động các– đăng

플라스틱 _ plastic
Chất dẻo, nhựa

플라스틱 망치 _ plastic hammer
Búa nhựa

플라이어 _ plier
Cái kìm (+ gồm kìm cắt thép, kìm mỏ nhọn, kìm bấm và kìm kẹp lò xo)

플라이휠 _ flywheel
Bánh đà

플래니터리 기어 _ planetary gear
Bộ truyền bánh răng hành tinh

플래니터리 캐리어 _ planetary carrier
Cần dẫn của bộ truyền bánh răng hành tinh

플래니터리 피니언 _ planetary pinion
Bánh răng hành tinh

플랜지 _ flange
Cánh rộng, mặt bích, vành

플랫 _ flat
Mặt phẳng

플러그 _ plug
Bu-gi, phích cắm điện

플러그 코드 _ plug code
Đầu dây điện của bu-gi

플러스 _ plus
Dương (+) số dương

플러스 극 _ positive pole
Cực dương

플런저 _ plunger
Lõi sắt từ đi động nối với kim phun, pít- tông bơm (trong vòi phun)

플레이트 _ plate
Biển số, bảng hiệu, bản

플렉시블 _ flexible
Linh hoạt

플로어 _ floor
Sàn xe

플로트 _ float
Cái phao

플로트 체임버 _ float chamber
Bầu phao, bình xăng con

피니언 _ pinion
Bánh răng chủ động, bánh răng nhỏ, trục răng

피니언 기어 _ pinion gear
Bánh răng chủ động, bánh răng nhỏ, trục răng

피드백(하다) _ feed back
Phản hồi, cung cấp phản hồi

피로(하다) _ get tired
Mệt mỏi, mệt nhọc, mỏi

피로시험 _ fatigue test
Thí nghiệm mỏi, bài kiểm tra khó

피스톤 _ piston
Pít tông

피스톤 링 _ piston ring
Xéc măng, vòng gang

피스톤 컵 _ piston cup
Cúp–pen pít tông, cúp–pen cao su của xi lanh bánh xe

피스톤 핀 _ piston pin
Chốt pít– tông

피크 _ peak
Đỉnh, chỏm, chóp

피트먼 암 _ pitman arm
Đòn quay

핀 _ pin
Chấu, chốt, ghim

핀방식 싱크로메시 기구 _ pin–type synchromesh mechanism
Cơ cấu đồng tốc kiểu chốt

필러 _ filler
Trụ, cột

파

245

필름 _ film
Phim

필적(하다) _ comparable
Tương đương, phù hợp

필터 _ filter
Bộ lọc, bầu lọc

Ha

모빌리티 용어 대조 핸드북

하강(하다) _ descend
Hạ xuống, tụt xuống, rơi xuốnh

하단 _ lower end
Mép dưới, cạnh dưới

하도칠(하다) _ apply undercoating
Sơn lót

하드 _ hard
Rắng (cứng)

하드 톱 _ hard top
Xe mui cứng

하드웨어 _ hardware
Phần cứng

하부 _ lower part
Bên dưới, bộ phận dưới

하사점 _ bottom dead center
Điểm chết dưới

하

하우징 _ housing
Thân, hộp, vỏ, tủ chứa

하이 빔 _ high beam
Đèn chiếu xa, đèn pha chiếu xa

하이브리드 카 _ hybrid car
Xe hybird, xe ô tô sử dụng 2 nguồn động lực, xe xăng lai điện (HV)

하이텐션 코드 _ high tension code
Dây điện cao thế (high- tension cord)

하이퍼볼로이드 _ hyperboloid
Mặt hy-péc-pôn

하중 _ load
Tải trọng

하체 _ suspension system
Gầm xe, phần khung gầm

하프 _ half
Một nửa

하프 액슬 _ half axle
Bán trục

할로겐램프 _ halogen lamp
Đèn halogen

합금 _ alloy
Hợp kim, dung hợp

합력 _ resultant force
Lực tổng (hợp lực)

합치다 _ combine
Kết hợp

항력 _ drag
Lực cản

해당하다 _ hit
Tiếp xúc giữa 2 vật

해머 _ hammer
Cái búa (+ sử dụng để gõ)

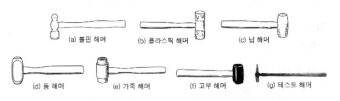

(a) 볼핀 해머　　(b) 플라스틱 해머　　(c) 납 해머

(d) 동 해머　　(e) 가죽 해머　　(f) 고무 해머　　(g) 테스트 해머

해제(하다) _ cancel
Giải, giải trừ, miễn giải, sự bãi bỏ

해치 백 _ hatch bag
Xe ô tô 5 cửa

핸드 브레이크 _ hand brake
Phanh tay

브레이크 레버
뒤 브레이크
브레이크 케이블
이퀄라이저
디스크 휠

핸드북 _ handbook
Sổ tay, sách tra cứu

핸들 _ handle
Vô lăng, vành tay lái

핸들 레버 _ handle lever
Cán, cái cần gạt

행정 _ stroke
Chuyển, hành trình, kì, khoảng chạy pít- tông

허브 _ hub
Chụp moay ơ

허브 볼트 _ hub bolt
Bu- lông moay ơ

헤드 _ head
Đầu, phần đầu

헤드라이트 _ headlight
Đèn trước, đèn pha

헤드 램프

방향 지시등

헤르츠 _ hertz(Hz)
Héc, Hertz (Hz) (+ đơn vị đo tần số âm thanh)

헨리 _ henry(H)
Henri (H) (+ đơn vị đo cảm ứng điện)

헬리컬 기어 _ helical gear
Cặp bánh răng trụ răng nghiêng

헬리컬 기어 _ helical gear
Bánh răng trụ răng nghiêng xoắn

헬멧 _ helmet
Mũ bảo hiểm

현가 _ suspension
Giảm chấn, giảm xóc

현가장치 _ suspension system
Hệ thống treo

위 컨트롤 암
쑥업소버 및 코일 스프링 어셈블리
코일 스프링
아래 컨트롤 암
쑥업소버 및 코일 스프링 어셈블리
코일 스프링
위 컨트롤 암
아래 컨트롤 암
피벗 링크
피벗 링크
스태빌라이저

하

현상 _ phenomenon
Hiện tượng

형상 _ shape
Hình dạng

형식 _ format
Hình thức

형태 _ shape
Cách thức, khuôn, kiểu mẫu, kiểu dáng

호스 _ hose
Ống mềm, ống cao su

혼합(하다) _ mix
Hỗn hợp

혼합기 _ air-fuel mixture
Hoà khí, hỗn hợp nhiên liệu

홀 _ hole
Lỗ

홀더 _ holder
Giá đỡ, vòng kẹp

홈 _ groove
Cống, rãnh

화물 _ luggage
Hành lí, hàng hoá, gắng nặng

화물 _ freight
Hàng hoá, hàng, hoá vật

화살표 _ arrow
Mũi tên chỉ hướng

화합 _ harmony
Hoá hợp

화합물 _ compound
Hợp chất

확산(하다) _ diffuse
Khuyếch tán

확인(하다) _ confirm
Sự xác nhận, khẳng định

확인하다 _ make sure
Xác nhận

환경 _ environment
Hoàn cảnh, môi trường

활처럼 굽다 _ curve
Đường cong

회로 _ circuit
Mạch(điện)

회복(하다) _ recover
Sự khôi phục, hồi phục

하

회전(하다) _ spin
Xoay chuyển, sự xoay vòng

회전시키다(엔진을 ~) _ rev the engine
Mở bày

효능 _ effectiveness
Hiệu quả

효율 _ efficiency
Hiệu suất, năng suất

후드 _ hood
Miếng đậy, mui xe

후방 _ rear
Phía sau

후진(하다) _ back
Sự lùi, phía sau

후크 _ hook
Cái móc, bản lề cửa

후퇴(하다) _ retreat
Sự lùi

휘다 _ bend
Rẽ, bị bẻ cong, ngoặt

휘다 _ bend
Sự cong

휠 _ wheel
Bánh xe

휠 너트 _ wheel nut
Đai ốc cố định bánh xe

휠 디스크 _ wheel disk
Vành bánh xe, đĩa bánh xe

휠 로드 _ wheel load
Tải trọng trên một bánh xe

휠 밸런서 _ wheel balancer
Thiết bị cân bằng bánh xe

휠 밸런스 _ wheel balance
Sự cân bằng, bánh xe, cân bằng động bánh xe

휠 베이스 _ wheel base
Chiều dài cơ sở

휠 볼트 _ wheel bolt
Bu lông bánh xe, bu lông tắc kê

하

휠 실린더 _ wheel cylinder
Xi lanh công tắc, xi lanh bánh xe

휠 얼라인먼트 _ wheel alignment
Căn chỉnh bánh xe

휠 캡 _ wheel cap
Chụp bánh xe

휠 트레드 _ wheel tread
Hoảng cách giữa hai bánh xe

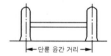
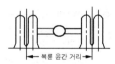

흐르다 _ flow
Chảy đi, trôi đi

흐트러지다 _ be disordered
Lộn xộn, xáo trộn

흑연 _ black smoke
Khói đen

흔들림 _ swing
Độ đảo

흔들림 _ shaking
Sự dao động, rung động

흘리다 _ leak
Làm lộ, làm rò rỉ

흘리다 _ shed
Làm cho chảy đi, làm cho trôi đi

흡기(하다) _ inhale
Hút khí, kì nạp, kì hút

흡기밸브 _ intake valve
Xu-páp hút, xu-páp nạp

흡기밸브 _ intake valve
Van hút, van nạp

흡기온 센서 _ intake air temperature sensor
Cảm biến nhiệt độ khí nạp

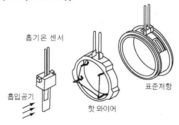

흡배기 기구 _ intake and exhaust mechanism
Cơ cấu hút xả khí, cơ cấu phân phối khí

흡수(하다) _ absorb
Hập thụ

하

흡입(하다) _ inhale
Sự hút, sự hít vào

흡입하다 _ suck
Hút

희류산 _ dilute sulfuric acid
Cự ly

히터 _ heater
Bộ phát nhiệt

히트 _ heat
Hơi nóng, sức nóng

힌지 _ hinge
Liên kết chốt, bản lề

힘 모멘트 _ moment of force
Mô men lực

힘 _ force
Lực

약어

모빌리티 용어 대조 핸드북

2WD _ 2Wheel Drive
Xe 1 cầu chủ động

2사이클 엔진 _ 2cycle engine
Động cơ 2 thì, động cơ 2 kì

2스트로크 엔진 _ 2stroke engine
Động cơ 2 thì, động cơ 2 kỳ

2피스톤 타입 휠 실린더 _ two piston wheel cylinder
Xi lanh công tắc 2 pít tông, xi lanh phút tông kép

4WD _ 4Wheel Drive
Xe 2 cầu và 4 bánh chủ động (dẫn động 4 bánh)

4WD(AWD) _ 4Wheel Drive(All Wheel Drive)
Xe 2 cầu và 4 bánh chủ động (loại tự động gài cầu A WD)

4사이클 엔진 _ 4cycle engine
Động cơ 4 thì, động cơ 4 kì

4스트로크 엔진 _ 4stroke engine
Động cơ 4 thì, động cơ 4 kì

약어

ABS _ Anti-lock Brake System
Hệ thống phanh trống bó cứng bánh xe (ABS)

ABS _ Anti-lock Brake System
Hệ thống phanh chống bó cứng xe (ABS)

AC _ Alternating Current
Điện xoay chiều

DC _ Direct Current
Dòng điện một chiều

DOHC _ Double Over Head Camshaft
Hai trục cam trên nắp máy, trục cam kép trên nắp máy (DOHC)

DOHC _ Double Over Head Camshaft
Hai trục cam trên nắp máy, trục cam kép trên nắp máy (DOHC)

ECU _ Electronic Control Unit
Bộ điều khiển điện tử trung tâm(động cơ)

FC 스택 _ Fuel Cell stack
Pin nhiên liệu

FF _ Front engine Front drive
Động cơ đặt trước và dẫn động bánh trước / Động cơ đặt trước và dẫn động cầu trước

FR _ Front engine Rear drive
Động cơ đặt trước và dẫn động bánh sau / Động cơ đặt trước và dẫn động cầu sau

IC _ IC(Integrated Circuit)
Vi mạch, vi mạch tích hợp, mạch tích hợp(intergrated circuit)

I자형 _ I-shape
Dạng chữ I

LPG _ Liquefied Petroleum Gas
Khí hoá lỏng

LSD _ Limited Slip Differential
Hệ thống chống trượt của vi sai

O₂ _ oxygen
Khí oxi

O₂센서 _ oxygen sensor
Cảm biến oxi, cảm biến lamda

OBD _ On Board Diagnostics
Hệ thống tự chuẩn đoán

OHC _ Over Head Camshaft
Trục cam đặt trên nắp máy(nắp xi– lanh)

OHV _ Over Head Valve
Xu– páp đặt trên nắp máy(cơ cấu phân phối khí xu– páp treo)

O링 _ O-ring
Vòng đệm chữ O, goăng cao su, sim cao su

약어

PCV _ positive crankcase ventilation
Thông hơi hộp trục khuỷu

PM _ phase modulation
Chất dạng hạt (particulate matter)

rpm _ rpm(revolution per minute)
Số vòng quay trong một phút

RR _ RR(Rear Engine, Rear Drive)
Động cơ đặt sau và dẫn động bánh sau. Động cơ đặt sau và dẫn động cầu sau.

SOHC _ Sing Over Head Camshaft
Một trục cam đặt trên nắp máy(nắp xi- lanh) trục cam đơn trên nắp máy

T형 강 _ T-shaped steel
Thép hình chữ T

T형 렌치 _ T-type wrench
Cờ Lê tuýp chữ T

T형 슬라이드 핸들 _ T-type slide handle
Tay vặn chữ T

V자 블록 _ V-shaped block
Khối chữ V

Y자 형 _ Y-shape
Dạng chữ Y

찾아보기

269

278

T

Y

참고문헌

- 자동차용어기획단(2019), 자동차용어정보사전, (주)골든벨
- 김관권 · 유도정 · 한신식 · 홍성수(2019), 자동차를 알고싶다, (주)골든벨
- 강금원(2018), 자동차 생태학, (주)골든벨
- https://translate.google.com
- papago.naver.com

베트남 유학생과 현장 인턴을 위한

모빌리티 용어대조 핸드북 [한국어-베트남어-영어]

초판인쇄 | 2022년 8월 31일
초판발행 | 2022년 9월 1일

감   수 | (사)한국자동차기술인협회
편   성 | 문학훈
발 행 인 | 김길현
발 행 처 | (주)골든벨
등   록 | 제 1987-000018호   © 2022 GoldenBell Corp.
I S B N | 979-11-5806-592-8
가   격 | 10,000원

(우)04316 서울특별시 용산구 원효로 245(원효로 1가 53-1) 골든벨 빌딩 5~6F
• TEL: 도서 주문 및 발송 02-713-4135 / 회계 경리 02-713-4137
        내용 관련 문의 02-713-7452 / 해외 오퍼 및 광고 02-713-7453
• FAX : 02-718-5510   • http : //www.gbbook.co.kr
• E-mail : 7134135@naver.com